MW00331263

ਵਾਟਾਂ ਅਹਿਸਾਸ ਦੀਆਂ
(ਕਾਵਿ ਸੰਗ੍ਰਹਿ)

ਏਸੇ ਕਲਮ ਤੋਂ ....

- ਧਰਤੀ ਦੇ ਜਾਏ (ਕਾਵਿ ਸੰਗ੍ਰਹਿ) 2015
- ਸੁਲਘਦੀ ਅੱਗ (ਕਾਵਿ ਸੰਗ੍ਰਹਿ) 2016
- ਵੀਰ ਚੱਕਰ (ਕਹਾਣੀ ਸੰਗ੍ਰਹਿ) 2016
- ਮੇਰੀ ਅਮਰੀਕਾ ਫੇਰੀ (ਸਫ਼ਰਨਾਮਾ) 2017

ਵਾਟਾਂ ਅਹਿਸਾਸ ਦੀਆਂ

(ਕਾਵਿ-ਸੰਗ੍ਰਹਿ)

ਜੋਰਾ ਸਿੰਘ ਮੰਡੇਰ

ਨਵਰੰਗ ਪਬਲੀਕੇਸ਼ਨਜ਼, ਸਮਾਣਾ

Watan Ehsas Dian
(a book of poetry)
by
Zora Singh Mander
Vill. Uppli, Distt. Sangrur.
Ph. 94179-69201, 204-632-4172

ISBN 978-93-85609-59-6

© Author
2017

Price: 150/-

Published by
Navrang Publications
Vill. Chak Amritsaria, Patran Road
Samana-147101
Ph. 01764-224747 99151-29747, 89685-10042
email: navrang47samana@gmail.com

Printed at:
Shiv Shakti Printers, Delhi

All rights reserved
This book is sold subject to the condition that it shall not, by way of trade or otherwise, be lent, resold, hired out, or otherwise circulated without the publisher's prior written consent in any form of binding or cover other than that in which it is published and without a similar condition including this condition being imposed on the subsequent purchaser and without limiting the rights under copyright reserved above, no part of this publication may be reproduced, stored in or introduced into a retrieval system, or transmitted in any form or by any means(electronic, mechanical, photocopying, recording or otherwise), without the prior written permission of both the copyright owner and the above-mentioned publisher of this book.

ਸਮਰਪਣ

ਆਪਣੇ ਬੇਟੇ, ਨੂੰਹ ਡਾ. ਪੁਸ਼ਪਿੰਦਰ ਮੰਡੇਰ, ਰਾਜਵਿੰਦਰ ਕੌਰ
ਅਤੇ ਪੋਤੀਆਂ
ਨੋਨੂ, ਗੁਣਜੋਤ ਅਤੇ ਰਿੰਪਲ ਨੂੰ!
ਜੋ ਮੇਰੀਆਂ ਖੁਸ਼ੀਆਂ ਤੇ ਲੰਬੀ ਆਰਜਾ ਦੀ ਤਮੰਨਾ ਰੱਖਦੇ ਹਨ।

ਪੰਜਾਬੀ ਬੋਲੀ ਨੂੰ ਸਮਰਪਿਤ ਲੇਖਕ ਦਾ ਇਕ ਹੋਰ ਸੁੰਦਰ ਉਪਰਾਲਾ

ਮੈਨੂੰ ਜੋਰਾ ਸਿੰਘ ਮੰਡੇਰ ਦੀਆਂ ਪਹਿਲਾਂ ਲਿਖੀਆਂ ਰਚਨਾਵਾਂ, ਜੋ ਉਸਨੇ ਪੰਜਾਬੀ ਬੋਲੀ ਨੂੰ ਸਮਰਪਿਤ ਲਿਖੀਆਂ ਹਨ, ਪੜ੍ਹਨ ਦਾ ਮੌਕਾ ਮਿਲਿਆ। ਉਹਨਾਂ ਦੀਆਂ ਪੁਸਤਕਾਂ, ਧਰਤੀ ਦੇ ਜਾਏ, ਵੀਰ ਚੱਕਰ, ਸੁਲਘਦੀ ਅੱਗ ਅਤੇ ਮੇਰੀ ਅਮਰੀਕਾ ਫੇਰੀ ਪੜ੍ਹਨ ਤੋਂ ਪਹਿਲਾਂ ਮੇਰੇ ਮਨ ਵਿੱਚ ਇਹ ਖਿਆਲ ਕਦੇ ਨਹੀਂ ਆਇਆ ਸੀ, ਕਿ ਲੇਖਕ ਜ਼ਿੰਦਗੀ ਦੇ ਕਈ ਪਹਿਲੂਆਂ ਵਿਚੋਂ ਲੰਘਦਾ, ਜਿਵੇਂ ਕਿ ਦੇਸ਼ ਸੇਵਾ ਲਈ ਫੌਜ ਦੀ ਨੌਕਰੀ, ਫਿਰ ਖੁਰਾਕ ਸਪਲਾਈ ਵਿਭਾਗ ਵਿੱਚ ਇੰਸਪੈਕਟਰੀ, ਟਰੱਕ ਮਾਲਕ ਤੇ ਟਰੱਕ ਯੂਨੀਅਨ ਦਾ ਪ੍ਰਧਾਨ ਰਹਿਣ ਦੇ ਬਾਵਜੂਦ ਵੀ ਇੰਨੀਆਂ ਪੰਜਾਬੀ ਭਾਸ਼ਾ ਲਈ ਸੁੰਦਰ ਰਚਨਾਵਾਂ ਲਿਖਣ ਦੇ ਗੁਣ ਸਮੋਈ ਬੈਠਾ ਰਿਹਾ, ਪ੍ਰੰਤੂ ਹੁਣ ਮੌਕਾ ਮਿਲਣ ਤੇ ਉਹ ਸਾਰੇ ਗੁਣ ਉੱਘੜ ਆਏ ਹਨ।

ਮੈਨੂੰ ਇਸ ਗੱਲ ਦੀ ਬੜੀ ਖੁਸ਼ੀ ਹੈ ਕਿ ਹਥਲੀ ਪੁਸਤਕ ਵਿੱਚ ਲੇਖਕ ਨੇ ਬਹੁਤ ਹੀ ਵਧੀਆ ਢੰਗ ਨਾਲ ਸਮਾਜ ਵਿੱਚ ਵਾਪਰ ਰਾਹੇ ਵਰਤਾਰੇ, ਰਾਜਸੀ ਹਾਲਾਤ, ਵਿਦੇਸ਼ਾਂ ਵਿੱਚ ਜਾਣ ਦੀ ਹੋੜ, ਨਸ਼ਿਆਂ ਬਾਰੇ, ਆਪਣੇ ਦੇਸ਼ ਪ੍ਰਤੀ ਪਿਆਰ-ਭਾਵਨਾ, ਗੁਰਬਾਣੀ ਦੇ ਅੰਮ੍ਰਿਤ ਭਰੇ ਗਿਆਨ, ਨੋਟਬੰਦੀ, ਕਿਸਾਨੀ ਮੁੱਦੇ ਅਤੇ ਹੋਰ ਬਹੁਤ ਸਾਰੇ ਪਹਿਲੂਆਂ ਨੂੰ ਬਹੁਤ ਹੀ ਸੁੰਦਰ ਢੰਗ ਨਾਲ ਛੂਹਣ ਦੀ ਕੋਸ਼ਿਸ਼ ਕੀਤੀ ਹੈ। ਜਿਸਨੂੰ ਪੜ੍ਹਕੇ ਮਹਿਸੂਸ ਹੁੰਦਾ ਹੈ, ਕਿ ਲੇਖਕ ਨੂੰ ਆਪਣੇ ਦੇਸ਼ ਪ੍ਰਤੀ, ਸਮਾਜ ਪ੍ਰਤੀ ਕਿੰਨੀ ਡੂੰਘੀ ਚਿੰਤਾ ਹੈ ਅਤੇ ਉਹ ਹਰ ਵਾਪਰ ਰਹੇ ਵਰਤਾਰੇ ਨੂੰ ਵਧੀਆ ਢੰਗ ਨਾਲ ਚੱਲਣ ਲਈ ਪ੍ਰਮਾਤਮਾ ਅੱਗੇ ਅਰਦਾਸ ਵੀ ਕਰਦਾ ਹੈ।

ਕੁਲ ਮਿਲਾ ਕੇ ਉਸਦੀ ਇਸ ਸਹਿਤਕ ਪੁਸਤਕ ਵਿੱਚ ਬਹੁਤ ਹੀ ਵਧੀਆ ਰਚਨਾਵਾਂ ਲਿਖੀਆਂ ਗਈਆਂ ਹਨ। ਜਿਨ੍ਹਾਂ ਨੂੰ ਪੜ੍ਹਕੇ ਮਹਿਸੂਸ ਹੁੰਦਾ ਹੈ ਕਿ ਲੇਖਕ ਨੂੰ ਪ੍ਰਮਾਤਮਾ ਹੋਰ ਹਿੰਮਤ ਬਖਸ਼ੇ ਅਤੇ ਉਹ ਦੁਨੀਆਂ ਦੇ ਰੁਝੇਵਿਆਂ ਵਿਚੋਂ ਨਿਕਲਕੇ ਪੰਜਾਬੀ ਮਾਂ-ਬੋਲੀ ਦੀ ਸੇਵਾ ਕਰਦਾ ਰਹੇ।

ਹਰਚਰਨ ਸਿੰਘ
(ਰਿਟਾ.) ਹੈੱਡਮਾਸਟਰ
ਵਿੰਨੀਪੈੱਗ
ਫੋਨ: 1-204-774-4988

ਮੈਂ ਕੀ ਆਖਾਂ

ਦੋ ਕੁ ਗਜ਼ਾਂ ਦੀ ਤੜਪ ਇਹ ਬੰਦਿਆਂ, ਮਿੱਠਾ ਦਰਦ ਸਹੇੜ ਲਵੇ।
ਪਿਆਰੀ ਰੂਹ ਕੋਈ ਪਿਆਰ ਦੀ ਮਾਰੀ ਬੂਹੇ ਅਕਸਰ ਭੇੜ ਲਵੇ।

ਅਚੇਤ ਹੀ ਮਨ 'ਚੋਂ ਉੱਠਿਆ ਵੇਗ, ਕਲਮਾਂ ਨਾਲ ਦੋ ਚਾਰ ਹੁੰਦਾ ਆਇਆ ਹੈ। ਕਈ ਵਾਰ ਮਨੁੱਖੀ ਜ਼ਿੰਦਗੀ ਦੀ ਅਜੋਕੀ ਭੱਜ ਦੌੜ ਵਿੱਚ ਸ਼ਬਦ ਕਿਧਰੇ ਦੂਰ ਤਿਲਕ ਜਾਂਦੇ ਹਨ। ਸੌ ਯਤਨ ਕੀਤਿਆਂ ਵੀ ਮਨ ਮੰਦਰ 'ਚੋਂ ਸ਼ਬਦਾਂ ਨੂੰ ਤਰਾਸ਼ ਕੇ ਕਾਵਿਕ ਰੂਪ ਦੇਣਾ ਅਸੰਭਵ ਨਹੀਂ ਤਾਂ ਕਠਿਨ ਜ਼ਰੂਰ ਹੈ। ਸਮਾਜ ਦੀ ਟੁੱਟ ਭੱਜ, ਸਵਾਰਥ, ਲੋਭ, ਖੁਦਗਰਜ਼ੀ ਤੇ ਮਹਿੰਗਾਈ ਵਿਚੋਂ ਲੰਘਦਿਆਂ ਮਨੁੱਖੀ ਤਾਣਾ ਬਾਣਾ ਉਲਝ ਜਾਂਦਾ ਹੈ।

ਮੇਰੇ ਕੋਲ ਕਈ ਵਾਰ ਲਿਖਣ ਸਮੱਗਰੀ ਨਾ ਹੋਣ ਕਰਕੇ ਕਈ ਸ਼ਬਦ ਅਜਿਹੇ ਗੁਆਚੇ ਕਿ ਉਨ੍ਹਾਂ ਦੀ ਤੜਪ ਨਾਲ ਮੈਂ ਪ੍ਰੇਸ਼ਾਨ ਹੋਇਆ ਹਾਂ। ਭਾਵੇਂ ਹਰੇਕ ਰੂਹ ਜੀਵਨ ਵਿੱਚ ਬਚ ਬਚਾਕੇ ਆਪਾ ਛੁਪਾਉਂਦੀ ਆਈ ਹੈ। ਪਰ ਮੈਂ ਵਰਤਮਾਨ ਵਿੱਚ ਸਾਹਮਣੇ ਵਾਪਰ ਰਹੀਆਂ ਘਟਨਾਵਾਂ ਨੂੰ ਕਾਵਿਕ ਰੂਪ ਵਿੱਚ ਪ੍ਰਗਟ ਕਰਨ ਦਾ ਯਤਨ ਕੀਤਾ ਹੈ ਤੇ ਸ਼ਬਦਾਂ ਨਾਲ ਇਕਮਿਕਤਾ ਪ੍ਰਗਟਾਕੇ ਬੇਖੌਫ ਸਿਰਜਣਾ ਦਾ ਲੜ ਫੜਨਾ ਵੀ ਹਕੀਕੀ ਹਾਸਲ ਹੈ।

ਕਈ ਵਾਰ ਮੈਂ ਕਵਿਤਾ ਤੋਂ ਲਾਂਭੇ ਹੋਣ ਦਾ ਮਨ ਬਣਾਇਆ ਹੈ। ਪਰ ਸਮਾਜਿਕ ਵੇਦਨਾ ਤੇ ਪ੍ਰੀਤਾਂ ਤੇ ਪਹਿਰਾ ਦੇਣਾ ਹੀ ਕਵਿਤਾ ਦਾ ਅਟੁੱਟ ਅੰਗ ਹੁੰਦਾ ਹੈ। ਹੋਰ ਵੀ ਲਿਖਣ ਦੀ ਤਮੰਨਾ ਰੱਖਦਾ ਮੈਂ ਇਹ ਕਾਵਿ-ਸੰਗ੍ਰਹਿ ਲੈ ਕੇ ਤੁਹਾਡੇ ਅੰਗ ਸੰਗ ਹਾਂ। ਉਕਾਈਆਂ ਤੇ ਸੁਝਾਵਾਂ ਦੀ ਉਡੀਕ ਰੱਖਦਾ ਤੁਹਾਡੇ ਵੇਹੜੇ ਹਾਜ਼ਰ ਹਾਂ, ਮੈਂ ਹੋਰ ਕੀ ਆਖਾਂ, ਬਾਕੀ ਤੁਹਾਡੇ ਤੇ ਛੱਡਦਾ ਹਾਂ।

ਜੋਰਾ ਸਿੰਘ ਮੰਡੇਰ
ਇੰਡੀਆ: 94179-69201
ਵਿਨੀਪੈੱਗ ਕੈਨੇਡਾ: 204-632-4172

ਤਰਤੀਬ

ਗ਼ਜ਼ਲ

ਗੀਤ ਦਿਲਾਂ ਦਾਂ ਰੁੱਸਿਆ ਸਾਡਾ, ਗੀਤ ਕੇਹੜਾ ਹੁਣ ਗਾਵਾਂ ਮੈਂ।
ਚੰਨ ਬੱਦਲਾਂ ਵਿੱਚ ਲੁੱਕਦਾ ਫਿਰਦਾ, ਕੀਹਨੂੰ ਅਰਘ ਦਿਖਾਵਾਂ ਮੈਂ।

ਰਹਿਬਰ ਸੀ ਉਹ ਦਿਲ ਸਾਡੇ ਦਾ, ਕਿਵੇਂ ਉਡੀਕਾਂ ਕੋਈ ਸੁਹੇੜੇ,
ਹੁਣ ਕਿਉਂ ਦੇਖ ਦਿਖਾਵੇ ਕਰ ਕਰ, ਆਪਣਾ ਆਪ ਗਵਾਵਾਂ ਮੈਂ।

ਇੱਦਾਂ ਪੂਰ ਨਹੀਂ ਜੇ ਨਿਭਣੀ, ਐਵੇਂ ਖੇਡ ਰਚਾਈ ਕਿਉਂ ਤੈਂ,
ਰਾਹ ਸਭ ਲੱਗਦੇ ਸੁੰਨ-ਮਸੁੰਨੇ, ਕਿਹੜੇ ਰਾਹੀਂ ਆਵਾਂ ਮੈਂ।

ਔਹ ਮੰਜ਼ਿਲ ਜੋ ਸਾਡੀ ਸੱਜਣਾ, ਤਿਲ੍ਹਕ ਗਈ ਰਾਹਾਂ ਨੂੰ ਲੱਭਦੀ,
ਕਿਹੜੇ ਦੇਸ਼ ਦੇਸ਼ਾਂਤਰਾਂ ਜਾ ਕੇ, ਤੈਨੂੰ ਟੋਹਲ ਲਿਆਵਾਂ ਮੈਂ।

ਲੇਖ ਲਿਖਣ ਵੇਲੇ ਤੂੰ ਸਾਈਆਂ, ਸਾਡੀ ਵਾਰੀ ਹਾਰ ਗਿਆ ਸੈਂ,
ਕਲਮਾਂ ਕਈ ਸੰਤਾਪ ਹੀ ਭੋਗਣ, ਏਦਾਂ ਮਨ ਸਮਝਾਵਾਂ ਮੈਂ।

ਕਈ ਵਾਰ ਅਸੀਂ ਤਨ ਆਪਣੇ ਤੇ, ਵੰਨ-ਸੁਵੰਨੇ ਦਰਦ ਹੰਢਾਏ,
ਬ੍ਰਿਹੋਂ ਸੇਕ ਦਿਲਾਂ ਦਾ ਜਾਨੀ, ਫੇਰ ਵੀ ਰੋਜ਼ ਹੰਢਾਵਾਂ ਮੈਂ।

ਸ਼ਿਕਵਾ ਨਹੀਂ ਮੰਡੇਰ ਕੋਈ ਸਾਡਾ, ਪਾਂਧੀ ਹੋਰ ਵੀ ਲੰਘੀ ਜਾਂਦੇ,
ਵਿਛੜ ਗਏ ਸੱਜਣਾ ਨੂੰ ਹੁਣ ਕਿਉਂ ਰੋਜ ਰੋਜ ਤੜਪਾਵਾਂ ਮੈਂ।

ਬੈਂਤ

ਛੱਡ ਵਤਨ ਤੂੰ ਉਠ ਪਰਦੇਸ ਚੱਲਿਆ,
ਨਗਰ ਖੇੜੇ ਦਾ ਛੱਡਿਆ ਪਿਆਰ ਚੰਨਾ।

ਕਰੀਂ ਮਿਹਨਤਾਂ, ਬਰਕਤਾਂ ਪੈਣ ਝੋਲੀ,
ਸਾਡੀ ਵਾਹਿਗੁਰੂ ਅੱਗੇ ਪੁਕਾਰ ਚੰਨਾ।

ਹੀਲਾ ਕੀਤਿਆਂ ਬਣੇ ਵਸੀਲਾ ਆਖਰ,
ਕੀਤੀ ਰਹਿਮਤ ਹੈ ਦਾਤੇ ਕਰਤਾਰ ਚੰਨਾ।

ਦੋਸਤ ਮਿੱਤਰ ਤੇ ਭਾਈਬੰਦ ਹੋਰ ਤੇਰੇ,
ਵਤਨ ਛੱਡਣ ਲਈ ਫਿਰਦੇ ਨੇ ਤਿਆਰ ਚੰਨਾ।

ਘੰਟੇ ਗਿਣਦਿਆਂ ਰਾਤ ਤੇਰੀ ਲੰਘ ਜਾਂਦੀ,
ਗੱਲਾਂ ਹੁੰਦੀਆਂ ਸੱਥਾਂ ਵਿਚਕਾਰ ਚੰਨਾ।

ਪਰਦੇਸੀਂ ਪੈਂਦਾ ਹੈ ਭਾਵੇਂ ਬਣਵਾਸ ਕੱਟਣਾ,
ਵਤਨੀਂ ਮਿਲਦਾ ਵੀ ਨਹੀਂ ਕੰਮ ਕਾਰ ਚੰਨਾ।

ਮਾਵਾਂ ਤਰਸੀਆਂ ਚਿਰੀ ਵਿਛੁੰਨਿਆਂ ਨੂੰ,
ਦਿਲ ਵਿੱਚ ਉਠਦੇ ਰੋਜ਼ ਗੁਬਾਰ ਚੰਨਾ।

ਕੰਮ ਛੱਡਕੇ ਛੇਤੀ ਨਹੀਂ ਪਰਤ ਹੁੰਦਾ,
ਘਰ ਦੀ ਤੰਗੀ ਵੀ ਕਰਦੀ ਲਾਚਾਰ ਚੰਨਾ।

ਕੋਠੀ ਜਿਸਦੀ ਦਾਣੇ ਜਦ ਹੋਣ ਪੂਰੇ,
ਉਹੀ ਪਿੰਡਾਂ 'ਚ ਹੁੰਦਾ ਸਰਦਾਰ ਚੰਨਾ।

ਪੂਰਾ ਪੜ੍ਹਕੇ ਵੀ ਰਹਿ ਗਏ ਜੇ ਘਰ ਜੋਗੇ,
ਕੌਣ ਲਾਊਗਾ ਬੇੜੀ ਨੂੰ ਪਾਰ ਚੰਨਾ।

ਠੱਗ ਗਿਆ ਜਵਾਨੀ ਨੂੰ ਕੌਣ ਆ ਕੇ,
ਹੋ ਗਈ ਨਸ਼ਿਆਂ ਦੀ ਕਿੱਥੋਂ ਭਰਮਾਰ ਚੰਨਾ।

ਕਿੱਥੇ ਗਈ ਕਿਸਾਨੀ ਹੁਣ ਭੋਇੰ ਕਿੱਥੇ,
ਜੱਟ ਲੁੱਟ ਲਿਆ ਰੜੇ ਬਾਜ਼ਾਰ ਚੰਨਾ।

ਉਮਰ ਸਿਰ ਹੀ ਗੱਲ ਤਾਂ ਜੱਚਦੀ ਹੈ,
ਤੇਰੇ ਵਿਆਹ ਦੀ ਵੀ ਹੁੰਦੀ ਵਿਚਾਰ ਚੰਨਾ।

ਸੁਖੀ ਸਾਂਦੀ ਤੂੰ ਬਹੁੜੀ 'ਮੰਡੇਰ' ਵਤਨੀਂ,
ਤੇਰੇ ਸ਼ਗਨਾਂ ਲਈ ਮਾਵਾਂ ਨੇ ਤਿਆਰ ਚੰਨਾ।

ਆਜ਼ਾਦੀ ਪਰਵਾਨੇ

ਮੌਤ ਸੂਲੀ ਤੇ ਚੜ੍ਹਕੇ, ਸ਼ਮਾ ਜਗਾਉਂਦਾ ਹੈ ਕੋਈ
ਫਾਂਸੀ ਗਲ ਵਿੱਚ ਪਾ ਕੇ, ਇਸ਼ਕ ਨਿਭਾਉਂਦਾ ਹੈ ਕੋਈ।
ਦੇਸ਼ ਕੌਮ ਲਈ ਆਪਾ ਆਪਣਾ, ਕਰ ਕੁਰਬਾਨ ਗਏ।
ਦੇਸ਼ ਆਜ਼ਾਦੀ ਲਈ ਜੂਝ ਕੇ ਹੋ ਪਰਵਾਨ ਗਏ।
ਮਰ ਚੁਕੀ ਲੋਕਾਂ ਦੀ ਅਣਖ, ਜਗਾਉਂਦਾ ਹੈ ਕੋਈ।
ਫਾਂਸੀ ਗਲ ਵਿੱਚ ਪਾ ਕੇ.........................

ਜਬਰ ਜ਼ੁਲਮ ਦੇ ਅੱਗੇ, ਸੀਸ ਨਿਭਾਉਣਾ ਨਹੀਂ ਸਿੱਖਿਆ।
ਮਜਲੂਮਾਂ ਤੇ ਕਦੇ ਵੀ ਹੱਥ ਉਠਾਉਣਾ ਨਹੀਂ ਸਿੱਖਿਆ।
ਪੀੜ ਗੁਲਾਮੀ ਵਾਲੀ ਕਿਵੇਂ ਹੰਢਾਉਂਦਾ ਹੈ ਕੋਈ।
ਫਾਂਸੀ ਗਲ ਵਿੱਚ ਪਾ ਕੇ............................

ਹਿੰਦ ਵਾਸੀਉ ਸਾਡੀ ਇਹ ਜਿੰਦ, ਹਿੰਦ ਦੇ ਲੇਖੇ ਹੈ।
ਦੇਸ਼ ਜਿਹੜੇ ਅਜ਼ਾਦ, ਅਸਾਂ ਨੇ ਉਹ ਵੀ ਦੇਖੇ ਹੈ।
ਅਜ਼ਾਦ ਫਿਜ਼ਾ ਵਿੱਚ ਦੀਪ ਜੋ ਆਣ ਜਗਾਉਂਦਾ ਹੈ ਕੋਈ
ਫਾਂਸੀ ਗਲ ਵਿੱਚ ਪਾ ਕੇ..............................

ਕਾਮਾਗਾਟਾ ਮਾਰੂ ਜਿਹੇ, ਦੁਖਾਂਤ ਹੰਢਾਅ ਲਏ ਨੇ।
ਆਜ਼ਾਦ ਦੇਸ਼ਾਂ ਨੇ ਆਪਣੇ, ਕਈ ਇਤਿਹਾਸ ਬਣਾ ਲਏ ਨੇ।
'ਮੰਡੇਰ' ਕਦੋਂ ਸੁੱਤਿਆਂ ਨੂੰ ਆਣ ਜਗਾਉਂਦਾ ਹੈ ਕੋਈ
ਫਾਂਸੀ ਗਲ ਵਿੱਚ ਪਾ ਕੇ..............................

ਮੌਤ ਸੂਲੀ ਤੇ ਚੜ੍ਹਕੇ, ਸ਼ਮਾ ਜਗਾਉਂਦਾ ਹੈ ਕੋਈ
ਫਾਂਸੀ ਗਲ ਵਿੱਚ ਪਾ ਕੇ, ਇਸ਼ਕ ਨਿਭਾਉਂਦਾ ਹੈ ਕੋਈ।

ਨਿਭਾਉਣੀ ਸੌਖੀ ਨਹੀਂ

ਤੇਰਾ ਦਿਨ ਕਦੇ ਨਾ ਆਇਆ, ਕਾਹਨੂੰ ਸਾਨੂੰ ਤੂੰ ਭਰਮਾਇਆ।
ਕਿਉਂ ਹੈ ਰੋਜ਼ ਰੋਜ਼ ਤੜਪਾਇਆ, ਗੱਲ ਪੁਗਾਉਣੀ ਸੌਖੀ ਨਹੀਂ।
ਜਣੇ ਖਣੇ ਨਾਲ ਲਾ ਕੇ, ਤੋੜ ਨਿਭਾਉਣੀ ਸੌਖੀ ਨਹੀਂ।

ਜੇ ਤੂੰ ਬਣਨਾ ਨਹੀਂ ਹੈ ਸਾਡਾ, ਕਰਦਾ ਰੋਜ਼ ਰੋਜ਼ ਕਿਉਂ ਵਾਹਦਾ।
ਕਿਉਂ ਤੂੰ ਬਦਲੇਂ ਰੋਜ਼ ਇਰਾਦਾ, ਪ੍ਰੀਤ ਲਗਾਉਣੀ ਸੌਖੀ ਨਹੀਂ।
ਜਣੇ ਖਣੇ ਨਾਲ ਲਾ ਕੇ, ...

ਜੇ ਕੋਈ ਸੱਜਣਾ ਦਾ ਹੋ ਜਾਵੇ, ਤਾਰੇ ਤੋੜ ਅੰਬਰ ਤੋਂ ਲਿਆਵੇ।
ਸਿਰ ਧਰ ਸੀਸ ਤਲੀ ਤੇ ਆਵੇ, ਬਾਜ਼ੀ ਲਾਉਣੀ ਸੌਖੀ ਨਹੀਂ।
ਜਣੇ ਖਣੇ ਨਾਲ ਲਾ ਕੇ............................।

ਕਰਦਾ ਮਨ ਰੱਖਣ ਦੀਆਂ ਬਾਤਾਂ, ਦੁਨੀਆਦਾਰੀ ਹੈ ਇਹ ਆਖਾਂ।
ਇੰਜ ਨਹੀਂ ਲੱਭਦੀਆਂ, ਕਦੇ ਸੁਗਾਤਾਂ, ਗੱਲ ਬਣਾਉਣੀ ਸੌਖੀ ਨਹੀਂ।
ਜਣੇ ਖਣੇ ਨਾਲ ਲਾ ਕੇ...................

ਝੂਠੀ ਗੱਲ ਕਦੇ ਨਹੀਂ ਪੁੱਗੀ, ਜਾਂਦੀ ਆਖਰ ਨੂੰ ਹੈ ਬੁੱਝੀ।
'ਮੰਡੇਰ' ਇਹ ਕਿਵੇਂ ਰੱਖੇਗਾ ਗੁੱਝੀ, ਹੋਰ ਲੁਕਾਉਣੀ ਸੌਖੀ ਨਹੀਂ।
ਜਣੇ ਖਣੇ ਨਾਲ ਲਾ ਕੇ, ਤੋੜ ਨਿਭਾਉਣੀ ਸੌਖੀ ਨਹੀਂ।

ਸਲਾਮ ਦੋਸਤ

ਮੇਰਾ ਤੈਨੂੰ ਏਹੋ ਹੈ ਪੈਗਾਮ ਦੋਸਤਾ।
ਹੁੰਦਾ ਸਦਾ ਸੱਚ ਨੂੰ ਸਲਾਮ ਦੋਸਤਾ।

ਜ਼ਿੰਦਗੀ ਦੇ ਰਾਹਾਂ ਵਿੱਚ ਖਾਈਆਂ ਹੁੰਦੀਆਂ।
ਔਖੀਆਂ ਕਈ ਦੋਸਤਾ ਚੜ੍ਹਾਈਆਂ ਹੁੰਦੀਆਂ।
ਸੌਖਾ ਰਾਹ ਨਹੀਂ ਹੁੰਦਾ ਸਦਾ ਆਮ ਦੋਸਤਾ
ਹੁੰਦਾ ਸਦਾ ਸੱਚ ਨੂੰ......................

ਬੇਸੁਰੇ ਤਾਲ ਰੌਲਾ ਪਾਉਂਦੇ ਆਮ ਨੇ।
ਤਾਨਸੈਨ ਮਿਲ ਜਾਂਦੇ ਸ਼ਰੇਆਮ ਨੇ।
ਵੰਝਲੀ ਵਜਾਉਂਦੇ ਨਹੀਂ ਤਮਾਮ ਦੋਸਤਾ।
ਹੁੰਦਾ ਸਦਾ ਸੱਚ ਨੂੰ......................

ਦੁਖ ਸੁਖ ਭਾਈਚਾਰਾ ਚੰਗਾ ਹੁੰਦਾ ਹੈ।
ਦੇਣਾ ਨਹੀਂ ਕਦੇ ਵੀ ਧੋਖਾ ਮੰਦਾ ਹੁੰਦਾ ਹੈ।
ਚੰਗੀ ਸੋਚ ਚੰਗਾ ਹੈ ਮੁਕਾਮ ਦੋਸਤਾ।
ਹੁੰਦਾ ਸਦਾ ਸੱਚ......................

ਪਹਿਲਾਂ ਪੁੱਗ ਗਈਆਂ, ਨਾ ਭੁਲੇਖਾ ਖਾਈਂ ਤੂੰ।
ਫੋਕੀ ਵਾਹਵਾ ਵਿੱਚ ਛਿੱਲ ਨਾ ਲੁਹਾਈਂ ਤੂੰ।
ਜੀਹਦੇ ਘਰ ਦਾਣੇ ਹੁੰਦਾ ਨਾਮ ਦੋਸਤਾ।
ਹੁੰਦਾ ਸਦਾ ਸੱਚ ਨੂੰ......................

ਮਿੱਤਰ ਪਿਆਰੇ ਵਾਲਾ, ਕਹਿਣਾ ਭੁੱਲਿਆ।
ਨਾਗ ਨਿਵਾਸਾਂ ਸੰਗ ਰਹਿਣਾ ਭੁੱਲਿਆ।
ਚੰਗਾ ਨਹੀਂ ਬੇਦਾਵਾ ਵਿੱਚ ਲਾਮ ਦੋਸਤਾ
ਹੁੰਦਾ ਸਦਾ ਸੱਚ ਨੂੰ..........................

ਕੌਮ ਦਾ ਭਵਿੱਖ ਹੀ ਜਵਾਨੀ ਹੁੰਦੀ ਹੈ।
ਨਸ਼ਿਆਂ 'ਚ ਡੁੱਬੇ ਜਿਹੜਾ ਹਾਨੀ ਹੁੰਦੀ ਹੈ।
ਕਰਦਾ ਕਿਉਂ ਜ਼ਿੰਦਗੀ ਦੀ ਸ਼ਾਮ ਦੋਸਤਾ
ਹੁੰਦਾ ਸਦਾ ਸੱਚ ਨੂੰ........................

ਸ੍ਵੈਮਾਨ ਆਪਣਾ ਜ਼ਰੂਰ ਚਾਹੀਦਾ।
'ਮੰਡੇਰ' ਬਹੁਤਾ ਹੋਣਾ ਨਹੀਂ ਗਰੂਰ ਚਾਹੀਦਾ।
ਚੰਗਿਆਂ ਦੀ 'ਉਸਤਤ' ਜਹਾਨ ਦੋਸਤਾ
ਹੁੰਦਾ ਸਦਾ ਸੱਚ ਨੂੰ ਸਲਾਮ ਦੋਸਤਾ।

ਪੰਜਾਬੀ ਬਾਬੇ

ਸਾਰਿਆਂ ਨੂੰ ਚਾਅ ਚੜ੍ਹ ਜਾਂਦਾ, ਟੀ. ਵੀ. ਤੇ ਗੀਤ ਕੋਈ ਆਂਦਾ
ਥਿਰਕਦੇ ਨਾਲ ਸੁਰਾਂ ਦੀ ਤਾਲ ਇਹ ਪੰਜਾਬੀ ਬਾਬੇ
ਭੰਗੜਾ ਵੀ ਪਾਉਂਦੇ ਬਹੁਤ ਕਮਾਲ ਇਹ ਪੰਜਾਬੀ ਬਾਬੇ

ਮੇਲਿਆਂ ਵਿੱਚ ਰੌਣਕਾਂ ਲਾਉਂਦੇ ਗਿੱਧੇ ਤੇ ਭੰਗੜੇ ਪਾਉਂਦੇ,
ਲੰਘਦੀ ਜਦ ਭੀੜ ਵਿਚੋਂ ਦੀ ਅੱਖਾਂ ਵਿੱਚ ਹੀ ਸਮਝਾਉਂਦੇ।
ਜਵਾਨੀ ਦਾ ਆਉਂਦਾ ਜਦੋਂ ਉਬਾਲ ਇਹ ਪੰਜਾਬੀ ਬਾਬੇ,
ਭੰਗੜਾ ਵੀ ਪਾਉਂਦੇ ਬਹੁਤ ਕਮਾਲ..................

ਘਰ ਘਰ ਸੀ ਹੁੰਦਾ ਲਵੇਰਾ ਹੁੰਦਾ ਦੁੱਧ ਵਾਦ ਬਥੇਰਾ।
ਸੋਟੀ ਤੇ ਝੰਡੀ ਬੰਨ੍ਹਕੇ, ਛਿੰਜਾਂ ਵਿਚ ਲਾਉਂਦੇ ਗੇੜਾ।
ਪਿੰਡਾਂ ਦਾ ਰੱਖਦੇ ਬਹੁਤ ਖਿਆਲ ਇਹ ਪੰਜਾਬੀ ਬਾਬੇ।
ਭੰਗੜਾ ਵੀ ਪਾਉਂਦੇ ਬਹੁਤ ਕਮਾਲ....................

ਟੈਂ ਨਾ ਫੇਰ ਕਿਸੇ ਦੀ ਝੱਲਦੇ, ਹਿੱਕਾਂ ਦੇ ਜ਼ੋਰ ਤੇ ਪਲਦੇ।
ਗਰੀਬ ਦੀ ਧੀ ਭੈਣ ਨੂੰ, ਸਰਦਾ ਜੋ ਪੱਲਿਉਂ ਘੱਲਦੇ।
ਖੜ੍ਹਦੇ ਸੀ ਦੁਖ ਸੁਖ ਦੇ ਵਿਚ ਨਾਲ ਇਹ ਪੰਜਾਬੀ ਬਾਬੇ।
ਭੰਗੜਾ ਵੀ ਪਾਉਂਦੇ ਬਹੁਤ ਕਮਾਲ.........................।

ਪਹੁੰਚੇ ਨੇ ਵਿੱਚ ਕੈਨੇਡਾ, ਸਫਰ ਭਾਵੇਂ ਦੂਰ ਦੁਰੇਡਾ।
ਪਾਣੀ ਬਿਨਾਂ ਡੋਲ ਨਾ ਜਾਵੇ, ਮਮਤਾ ਦਾ ਲਾਇਆ ਪੇਡਾ
ਸੁਪਨੇ ਵੀ ਲੈਂਦੇ ਬਹੁਤ ਵਿਸ਼ਾਲ, ਇਹ ਪੰਜਾਬੀ ਬਾਬੇ।
ਭੰਗੜਾ ਵੀ ਪਾਉਂਦੇ ਬਹੁਤ ਕਮਾਲ.........................

ਕੈਨੇਡਾ ਦਾ ਭਾਈਚਾਰਾ, ਲੱਗਦਾ ਪੰਜਾਬ ਹੀ ਸਾਰਾ।
'ਮੰਡੇਰ' ਦੁਖ ਸੁਖ ਫੋਲ੍ਹ ਕੇ, ਪਾਰਕ ਆ ਲੈਣ ਹੁਲਾਰਾ।
ਠੰਢ ਦਾ ਵੀ ਰੱਖਦੇ ਬਹੁਤ ਖਿਆਲ ਇਹ ਪੰਜਾਬੀ ਬਾਬੇ।
ਭੰਗੜਾ ਵੀ ਪਾਉਂਦੇ ਬਹੁਤ ਕਮਾਲ, ਇਹ ਪੰਜਾਬੀ ਬਾਬੇ।

ਸਿਆਸੀ ਪ੍ਰਦੂਸ਼ਣ

ਸਿਆਸਤ ਵਿੱਚ ਪ੍ਰਦੂਸ਼ਣ ਭਾਰੂ, ਘੱਚਲ ਚੌਦੇਂ ਦਾ ਬੋਲ ਬੁਲਾਰਾ।
ਸਾਰੇ ਜਹਾਂ ਸੇ ਅੱਛਾ ਕਹਿੰਦੇ, ਪਿਆਰਾ ਹਿੰਦੁਸਤਾਨ ਹਮਾਰਾ।
ਮੀਡੀਆ ਚੈਨਲ ਵਾਲੇ ਕਈ ਹੁਣ, ਕਈ ਅਜੀਬ ਨੇ ਬਾਤਾਂ ਪਾਉਂਦੇ।
ਬਿਨਾਂ ਸਬੂਤੋਂ ਹੀ ਕਈਆਂ ਤੇ, ਦੋਸ਼ ਕਰੋੜਾਂ ਦੇ ਪਏ ਲਾਉਂਦੇ।
ਪਰਦਾ ਵੀ ਰੱਖਣਾ ਪੈਂਦਾ ਹੈ, ਖੇਡ ਕੋਈ ਰਾਜ ਭਾਗ ਦੀ ਹੋਵੇ।
ਵਿੰਗ ਟੇਢ ਨਾਲ ਭੰਡੀ ਕਰਦੇ, ਭਾਵੇਂ ਸੱਚਾ ਹੀ ਕੋਈ ਹੋਵੇ।
ਆਖਰੀ ਸਾਲ ਵਿਕਾਸ ਦਾ ਹੁੰਦਾ, ਜੋ ਮੰਗਦਾ ਹੈ ਦਿੰਦੇ ਜਾਉ।
ਲੋਕਾਂ ਵਾਹ ਵਾਹ ਕਰਨੀ ਥੋਡੀ, ਚੰਗਾ ਹੈ ਤੁਸੀਂ ਫਰਜ਼ ਨਿਭਾਉ।
ਸੁਣ ਭਾਈ ਚੈਨਲ ਵਾਲਿਆ ਤੂੰ ਵੀ, ਆਪਣਾ ਕਾਰੋਬਾਰ ਵਧਾ ਲੈ।
ਸਾਂਭ ਹੁੰਦਾ ਹੈ ਸਾਂਭ ਲੈ ਮਿੱਤਰਾ, ਝੂਠ ਸੱਚ ਨੂੰ ਵਿੱਚੇ ਰਲਾ ਲੈ।
ਨਵੀਆਂ ਕਈ ਸਕੀਮਾਂ ਬਣੀਆਂ, ਪੁਰਾਣਾ ਪਣ ਹੁਣ ਦੂਰ ਭਜਾਉ।
ਜੇ ਕੋਈ ਨਵਾਂ ਬਦਲ ਹੈ ਬਣਦਾ, ਲਾ ਕੇ ਠਿਬੀ ਮਾਰ ਭਜਾਉ।
ਨੇਤਾਗਣ ਹੁਣ ਰਹੇ ਨਾ ਫਾਡੀ, ਹੈ ਕੋਈ ਲੋਕਾਂ ਸਾਹਮਣੇ ਆਵੇ।
ਮਾਰ ਚੁਟਕੀਆਂ ਗੱਲ ਨਹੀਂ ਬਣਨੀ, ਜੋ ਕੀਤਾ ਉਹ ਆਣ ਵਿਖਾਵੇ।
ਲੋਕਾਂ ਦੀ ਸ਼ਕਤੀ ਨੇ ਆਖਰ, ਬੇੜੀ ਬੰਨੇ ਲਾਉਣੀ ਯਾਰਾ।
ਕਹਿਣੀ ਤੇ ਜੋ ਖਰਾ ਉਤਰ ਜੂ, ਉਸਨੇ ਗੱਲ ਮੁਕਾਉਣੀ ਯਾਰਾ।
ਭਗਤ ਸਿਆਂ ਤੇਰਾ ਸ਼ਹੀਦ ਦਿਵਸ ਅਸੀਂ ਸਾਲੋ ਸਾਲ ਮਨਾਉਂਦੇ ਪਏ ਹਾਂ।
ਭਾਸ਼ਣਾਂ ਦੀ ਛਹਿਬਰ ਲਾ ਦਿੰਦੇ, ਤੈਨੂੰ ਜਿਵੇਂ ਵਰਾਉਂਦੇ ਪਏ ਹਾਂ।
ਪੰਜਾਬ ਦੀ ਹੋਣੀ ਰੋਜ਼ ਰੋਜ਼ ਹੀ, ਚੜ੍ਹਦੇ ਸੂਰਜ ਵਾਜਾਂ ਮਾਰੇ।
'ਮੰਡੇਰ' ਸਾਂਭ ਲਉ ਵਿਰਸਾ ਆਪਣਾ, ਝੂਠੇ ਨਾ ਮਾਰੋ ਲਲਕਾਰੇ।

ਜੋਗੀ ਉੱਤਰ ਪਹਾੜੋਂ ਆਇਆ
(ਵਿਆਹ ਸਮੇਂ ਦਾ ਗੀਤ)

ਦਿਨ ਖ਼ੁਸ਼ੀਆਂ ਦਾ ਆਇਆ ਸਾਈਆਂ,
ਲੱਖ ਰਹਿਮਤਾਂ ਲਿਆਇਆ ਸਾਈਆਂ।
ਲੱਖ ਲੱਖ ਦੇਣ ਵਧਾਈਆਂ ਸਾਰੇ, ਦਾਤਾ ਮੇਲ ਮਿਲਾਇਆ ਹੈ।
ਜੋਗੀ ਆਵੇ ਬੀਨ ਵਜਾਉਂਦਾ, ਸਭ ਦੇ ਮਨ ਨੂੰ ਜਾਵੇ ਭਾਉਂਦਾ।
ਚਿਮਟਾ ਆ ਖੜਕਾਇਆ ਹੈ,
ਲੈ ਕੇ ਪਿਆਰ ਦਾ ਬਾਟਾ, ਜੋਗੀ ਉਤਰ ਪਹਾੜੋਂ ਆਇਆ ਹੈ।

ਚੰਨ ਚਾਨਣੀ ਰੂਪ ਖਿਲਾਰੇ, ਅੰਬਰੋਂ ਤੋੜ ਲਿਆਉਂਦੀ ਤਾਰੇ।
ਚਾਕ ਲਵੇਰੀਆਂ ਸੁੰਨੀਆਂ ਛੱਡਕੇ, ਵੰਝਲੀ ਨੇ ਮਸਤਾਇਆ ਹੈ।
ਲੈ ਕੇ ਪਿਆਰ ਦਾ ਬਾਟਾ ਜੋਗੀ, ਉਤਰ ਪਹਾੜੋਂ ਆਇਆ ਹੈ।

ਕੁਦਰਤ ਭੇਤ ਦਿਲਾਂ ਦੇ ਜਾਣੇ, ਕੌਣ ਜੋ ਆ ਕੇ ਰਮਜ਼ ਪਛਾਣੇ।
ਤੇਰੇ ਦਰਸ ਦਿਦਾਰਾਂ ਖਾਤਿਰ, ਕੁੰਡਾ ਆ ਖੜਕਾਇਆ ਹੈ।
ਲੈ ਕੇ ਪਿਆਰ ਦਾ ਬਾਟਾ ਜੋਗੀ, ਉੱਤਰ ਪਹਾੜੋਂ ਆਇਆ ਹੈ।

ਦਿਨ ਇਹ ਰੋਜ਼ ਰੋਜ਼ ਨਹੀਂ ਆਉਣੇ, ਨਾਲ ਖੁਸ਼ੀ ਦੇ ਭੰਗੜੇ ਪਾਉਣੇ।
ਮੇਲ ਨਾਨਕਾ ਜਾਗੋ ਕੱਢਦਾ, ਛੱਜ ਖੜਕਾਉਂਦਾ ਆਇਆ ਹੈ।
ਲੈ ਕੇ ਪਿਆਰ ਦਾ ਬਾਟਾ ਜੋਗੀ, ਉਤਰ ਪਹਾੜੋਂ ਆਇਆ ਹੈ।

ਦੋਸਤ ਤੈਨੂੰ ਦੇਣ ਵਧਾਈਆਂ, ਦਾਤੇ ਖੁਸ਼ੀਆਂ ਝੋਲੀ ਪਾਈਆਂ।
ਜਾਮ ਪਿਆਰੇ ਮਿੱਤਰਾਂ ਨੇ ਵੀ, ਆਪਸ ਵਿੱਚ ਖੜਕਾਇਆ ਹੈ।
ਲੈ ਕੇ ਪਿਆਰ ਦਾ ਬਾਟਾ ਜੋਗੀ, ਉੱਤਰ ਪਹਾੜੋਂ ਆਇਆ ਹੈ।

ਮਾਸੀ, ਚਾਚੀ, ਭੂਫੀਆਂ, ਤਾਈਆਂ, ਖੌਰੂ ਪਾ ਪਾ ਰੌਣਕਾਂ ਲਾਈਆਂ।
ਡੈਡੀ ਮੰਮੀ ਨੂੰ ਪਿਆ ਖਿੱਚਦਾ, ਕੁੜੀਆਂ ਹਾਸਾ ਪਾਇਆ ਹੈ।
ਲੈ ਕੇ ਪਿਆਰ ਦਾ ਬਾਟਾ ਜੋਗੀ, ਉੱਤਰ ਪਹਾੜੋਂ ਆਇਆ ਹੈ।

ਆਉ ਨੱਚੀਏ ਭੰਗੜੇ ਪਾਈਏ, ਪ੍ਰਾਹੁਣਿਆਂ ਨੂੰ ਵੀ ਨਾਲ ਨਚਾਈਏ
'ਉਪਲੀ' ਵਾਲਿਆ 'ਮੰਡੇਰ' ਦਾਰੂ ਨੇ, ਬਾਬਿਆਂ ਨੂੰ ਮਸਤਾਇਆ ਹੈ।
ਲੈ ਕੇ ਪਿਆਰ ਦਾ ਬਾਟਾ ਜੋਗੀ, ਉਤਰ ਪਹਾੜੋਂ ਆਇਆ ਹੈ।

ਸੁਨੇਹਾ

ਖੁਸ਼ੀ ਖੁਸ਼ੀ ਯਾਰੋ ਵਤਨੀਂ ਜਾਇਉ,
ਸਾਡਾ ਸਭ ਦਾ ਹਾਲ ਸੁਣਾਇਉ।
ਉਂਜ ਤਾਂ ਸਾਰੇ ਖੁਸ਼ੀ ਹਾਂ ਇੱਥੇ,
ਝਾਕ ਵਤਨ ਦੀ ਰਹਿੰਦੀ ਹੈ।
ਕੀਤੀਆਂ ਭਾਵੇਂ ਬਹੁਤ ਤਰੱਕੀਆਂ,
ਪਰ ਯਾਦ ਪਿੰਡਾ ਤੇਰੀ ਰਹਿੰਦੀ ਹੈ।

ਚੋਗ ਚੁਗਣ ਲਈ ਜਾਣਾ ਪੈਂਦਾ,
ਲਿਖਿਆ ਜਿੱਥੇ ਖਾਣਾ ਪੈਂਦਾ।
ਦਾਤੇ ਬਖਸ਼ਿਆ ਦੂਣ ਸਵਾਇਆ,
ਕਿਰਤ ਪੱਲੇ ਵੀ ਪੈਂਦੀ ਹੈ।
ਕੀਤੀਆਂ ਭਾਵੇਂ ਬਹੁਤ ਤਰੱਕੀਆਂ,
ਪਰ ਯਾਦ ਪਿੰਡਾ ਤੇਰੀ ਰਹਿੰਦੀ ਹੈ।

ਹਰਕੁਰ ਸੀ ਜਦ ਸਾਗ ਬਣਾਉਂਦੀ,
ਕੌਲਾ ਭਰਕੇ ਜਦੋਂ ਫੜਾਉਂਦੀ।
ਘਿਉ ਵੀ ਪਾ ਦਿੱਤਾ ਹੈ ਕਹਿੰਦੀ,
ਮਹਿਕ ਪਿਆਰ ਦੀ ਪੈਂਦੀ ਹੈ।
ਕੀਤੀਆਂ ਭਾਵੇਂ ਬਹੁਤ ਤਰੱਕੀਆਂ,
ਪਰ ਯਾਦ ਪਿੰਡਾ ਤੇਰੀ ਰਹਿੰਦੀ ਹੈ।

ਛੱਜੂ ਸੁਖ ਨਾਲ ਬੱਚਦਾ ਹੋਊ,
ਬਾਣ ਮੰਜੇ ਲਈ ਵੱਟਦਾ ਹੋਊ।
ਸੁੱਖ ਸਾਂਦ ਪੁੱਛ ਲੈਣਾ ਉਹਦੀ,
ਨਜ਼ਰ ਕੇਹੋ ਜੇਹੀ ਰਹਿੰਦੀ ਹੈ।
ਕੀਤੀਆਂ ਭਾਵੇਂ ਬਹੁਤ ਤਰੱਕੀਆਂ,
ਪਰ ਯਾਦ ਪਿੰਡਾ ਤੇਰੀ ਰਹਿੰਦੀ ਹੈ।

ਸੱਥ ਵਿੱਚ ਨਿੰਮ ਖੜ੍ਹਾ ਜੇ ਹੋਵੇ,
ਤਖਤ ਪੋਸ਼ ਨਾਲੇ ਥੜ੍ਹਾ ਜੇ ਹੋਵੇ।
ਹੁਣ ਵੀ ਸੀਪ ਖੇਡਦੀ ਜੁੰਡਲੀ,
ਦਿਨ ਛਿਪਦੇ ਤੱਕ ਬਹਿੰਦੀ ਹੈ।
ਕੀਤੀਆਂ ਭਾਵੇਂ ਬਹੁਤ ਤਰੱਕੀਆਂ,
ਪਰ ਯਾਦ ਪਿੰਡਾ ਤੇਰੀ ਰਹਿੰਦੀ ਹੈ।

ਹਲਵਾਈ ਭੱਠੀ ਤਪਾਉਂਦਾ ਹੋਊ,
ਜਲੇਬੀਆਂ ਰੋਜ਼ ਬਣਾਉਂਦਾ ਹੋਊ।
ਦੇਸੀ ਘਿਉ ਵਿੱਚ ਬਣੀ ਜਲੇਬੀ,
ਖਾ ਲੈ ਖਾ ਲੈ ਕਹਿੰਦੀ ਹੈ।
ਕੀਤੀਆਂ ਭਾਵੇਂ ਬਹੁਤ ਤਰੱਕੀਆਂ,
ਪਰ ਯਾਦ ਪਿੰਡਾ ਤੇਰੀ ਰਹਿੰਦੀ ਹੈ।

ਪਿੰਡ ਵਿੱਚ ਕਈ ਕਲੱਬਾਂ ਬਣੀਆਂ,
ਭਾਈਚਾਰਕ ਸਾਂਝਾਂ ਤਣੀਆਂ।
ਖੇਡਾਂ ਵੇਲੇ ਬੰਬੀਆਂ ਉੱਤੇ,
ਤਾਣੀ ਉਲਝੀ ਰਹਿੰਦੀ ਹੈ।
ਕੀਤੀਆਂ ਭਾਵੇਂ ਬਹੁਤ ਤਰੱਕੀਆਂ,
ਪਰ ਯਾਦ ਪਿੰਡਾ ਤੇਰੀ ਰਹਿੰਦੀ ਹੈ।

ਉਲੰਪਿਕ ਖੇਡਾਂ ਵਿਗਲ ਵਜਾਇਆ,
ਦੋ ਕੁੜੀਆਂ ਬੱਸ ਮਾਣ ਵਧਾਇਆ।
ਕਿੱਧਰ ਗਏ ਦੇਸ਼ ਦੇ ਰਾਖੇ,
ਮਾਤਰ ਭੂਮੀ ਕਹਿੰਦੀ ਹੈ।
ਕੀਤੀਆਂ ਭਾਵੇਂ ਬਹੁਤ ਤਰੱਕੀਆਂ,
ਪਰ ਯਾਦ ਪਿੰਡਾ ਤੇਰੀ ਰਹਿੰਦੀ ਹੈ।

ਪਟਨੇ ਸਾਹਿਬ ਜ਼ਰੂਰ ਜਾ ਆਇਉ,
ਰਣਜੋਧੇ ਨੂੰ ਸੀਸ ਝੁਕਾਇਉ।

ਜਨਮ ਲਿਆ ਜਿੱਥੇ ਕੌਮ ਦੇ ਬਾਨੀ,
ਜਾ ਕੇ ਭੁੱਖ ਸਭ ਲਹਿੰਦੀ ਹੈ।
ਕੀਤੀਆਂ ਭਾਵੇਂ ਬਹੁਤ ਤਰੱਕੀਆਂ,
ਪਰ ਯਾਦ ਪਿੰਡਾ ਤੇਰੀ ਰਹਿੰਦੀ ਹੈ।

'ਮੰਡੇਰ' ਕਦੇ ਵੀ ਭੁੱਲ ਨਹੀਂ ਜਾਣਾ,
ਸਰਬੱਤ ਭਲੇ ਦੀ ਖੈਰ ਮਨਾਣਾ।
ਮਾਣਸ ਕੀ ਸਭ ਜਾਤ ਹੈ ਇਕੋ,
ਬਾਣੀ ਸੱਚ ਸਭ ਕਹਿੰਦੀ ਹੈ।
ਕੀਤੀਆਂ ਭਾਵੇਂ ਬਹੁਤ ਤਰੱਕੀਆਂ,
ਪਰ ਯਾਦ ਪਿੰਡਾ ਤੇਰੀ ਰਹਿੰਦੀ ਹੈ।

ਗ਼ਜ਼ਲ

ਕਿਉਂ ਤੂੰ ਪਹਿਲਾਂ ਆ ਕੇ ਸੱਜਣਾ, ਸਾਨੂੰ ਕਦੇ ਬੁਲਾਇਆ ਨਹੀਂ?
ਤੇਰੇ ਬਾਝੋਂ ਕਿਵੇਂ ਨਿਭੂਗੀ, ਕਿਉਂ ਤੂੰ ਬੋਲ ਪੁਗਾਇਆ ਨਹੀਂ?

ਪੱਥਰ ਵੱਜਦੇ ਸਹਿ ਜਾਂਦੇ ਸਾਂ, ਪਰ ਫੁੱਲ ਜ਼ਖ਼ਮ ਹਰੇ ਕਰ ਜਾਂਦੇ,
ਬੁੱਤ ਪੂਜਣ ਵਿੱਚ ਤਰਕ ਨਹੀਂ ਕੋਈ, ਪਹਿਲਾਂ ਕਿਉਂ ਸਮਝਾਇਆ ਨਹੀਂ?

ਅੱਲ੍ਹਾ ਹੂ ਅੱਲ੍ਹਾ ਕਰ ਥੱਕੇ, ਕੁੱਲੀ ਕਿਉਂ ਵਿਰਾਨ ਪਈ ਜਾਪੇ,
ਅੱਖਾਂ ਮੀਚ ਖੁਮਾਰੀ ਲੋੜੇਂ, ਕਿਉਂ ਤੈਂ ਆਣ ਜਗਾਇਆ ਨਹੀਂ?

ਲਾਲ ਰੰਗ ਹੈ ਲਾਲ ਫੁਲੇਰਾ, ਕਿਉਂ ਕਾਇਆ ਰੰਗੀ ਨਹੀਂ ਤੇਰੀ,
ਰੰਗ ਮਜੀਠ ਨਾ ਫਿੱਕਾ ਹੋਵੇ, ਕਿਉਂ ਏ ਰੰਗ ਚੜ੍ਹਾਇਆ ਨਹੀਂ?

ਲੋੜਾਂ ਆ ਜੀਵਨ ਦਰਪਨ ਤੇ, ਮੂੰਹ ਅੱਡ ਸਦਾ ਡਰਾਵਣ ਆ ਕੇ,
ਸਹਿਜ ਪੱਕੇ ਸੋ ਮੀਠਾ ਹੋਵੇ, ਕਿਉਂ ਇਹ ਮਨ ਵਸਾਇਆ ਨਹੀਂ?

ਜੋ ਚੋਗਾ ਝੋਲੀ ਪੈ ਜਾਂਦਾ, ਆਖਰ ਲੋੜ ਹੁੰਦੀ ਹੈ ਸਭ ਦੀ,
ਜਗ ਦਾ ਇਹ ਦਸਤੂਰ ਨੀ ਮਿਤਰਾ, ਖਾਲੀ ਹੱਥ ਮੂੰਹ ਆਇਆ ਨਹੀਂ।

ਹਾਰਾਂ ਜਿੱਤਾਂ ਬਹੁਤ ਦੇਖੀਆਂ, ਮੰਡੇਰ ਵਕਤ ਨਹੀਂ ਬਖ਼ਸ਼ਣਹਾਰਾ,
ਡਰ, ਧਮਕੀਆਂ, ਲਾਲਚ, ਠੱਗੀ, ਲੋਕਾਂ ਨੂੰ ਭਰਮਾਇਆ ਨਹੀਂ।

ਗ਼ਜ਼ਲ

ਫੁੱਲ ਖਿਲਕੇ ਮੁਰਝਾ ਜਾਂਦੇ ਜਦ।
ਦਿਲ ਦਾ ਦਰਦ ਜਗਾ ਜਾਂਦੇ ਜਦ।

ਝੂਠੇ ਕਰਮ ਫੁੱਲਾਂ ਦੀ ਵਰਖਾ,
ਤੇਰੇ ਤੇ ਵਰਸਾ ਜਾਂਦੇ ਜਦ।

ਕਹਿਣੀ ਤੇ ਕਰਨੀ ਦਾ ਅੰਤਰ,
ਝੋਲੀ ਭਰ ਉਲਟਾ ਜਾਂਦੇ ਜਦ।

ਦੋ ਨੰਬਰ ਦੀ ਕਿਰਤ ਦਾ ਹਿੱਸਾ,
ਤੇਰੇ ਦਰ ਟਿਕਾ ਜਾਂਦੇ ਜਦ।

ਮੂੰਹ ਸਿਰ ਢੱਕ ਕੇ ਵਾਂਗ ਫ਼ਕੀਰਾਂ,
ਲੁੱਕ ਛਿੱਪ ਦਰਸ਼ਨ ਪਾ ਜਾਂਦੇ ਜਦ।

ਪਾ ਕੇ ਭਰਮ ਭੁਲੇਖੇ ਤੈਨੂੰ,
ਆਪਣਾ ਭਰਮ ਮਿਟਾ ਜਾਂਦੇ ਜਦ।

ਬੁਰੇ ਕਰਮ ਜਦ ਰੰਗ ਵਟਾਉਂਦੇ,
ਸਭ ਹੀ ਲੇਖੇ ਲਾ ਜਾਂਦੇ ਜਦ।

'ਮੰਡੇਰ' ਤੇਰੇ ਹੰਕਾਰ ਦੇ ਘੋੜੇ,
ਵਿਚ ਗੇੜ ਦੇ ਆ ਜਾਂਦੇ ਜਦ।

ਗ਼ਜ਼ਲ

ਕੀਹਦੀ ਦੱਸ ਹੁਣ ਜੋਤ ਜਗਾਵਾਂ।
ਦਿਸਦਾ ਨਹੀਂ ਕਿਧਰੇ ਪਰਛਾਵਾਂ।

ਦਿਲ ਤੇਰੇ ਹੈ ਅਰਪਣ ਕੀਤਾ,
ਹੁਣ ਦੱਸ ਕਿੱਥੇ ਅਲਖ ਜਗਾਵਾਂ।

ਬੇਸਬਰਿਆਂ ਨੇ ਹੱਦ ਹੀ ਕਰਤੀ,
ਵਿਲਕ ਰਿਹਾਂ ਨੂੰ ਕਿਵੇਂ ਬਰਾਵਾਂ।

ਕਿਵੇਂ ਝੂਠ ਪਿਆ ਨੰਗਾ ਨੱਚੇ,
ਗੁੰਮ ਗਿਆ ਸੱਚ ਦਾ ਸਿਰਨਾਵਾਂ।

ਡਰ ਹੈ ਮਤੇ ਦਬੋਚ ਲੈਣ ਨਾ,
ਭੇਤ ਇਹਨਾਂ ਦਾ ਕਿੱਦਾਂ ਪਾਵਾਂ।

ਜੇ ਚੁੱਪ ਕਰਕੇ ਬੈਠ ਜਾਵਾਂਗੇ,
ਲੁੱਟਣ ਆਉਣਗੀਆਂ ਫੇਰ ਬਲਾਵਾਂ।

ਹੁਣ ਲੋਕਾਂ ਲਈ ਹੇਜ ਜਾਗ ਪਿਆ,
ਮੰਡੇਰ ਬਹੁਤਾ ਕੀ ਖੋਲ੍ਹ ਸੁਣਾਵਾਂ।

.ਗ਼ਜ਼ਲ

ਇਕ ਰਾਹ ਏਧਰ, ਇੱਕ ਰਾਹ ਔਧਰ,
ਰਾਹ ਤਾਂ ਅਕਸਰ ਰਾਹ ਹੁੰਦੇ ਨੇ।

ਇਕ ਰਾਹ ਸਵੈ ਪਛਾਣ ਦਾ ਸੂਚਕ,
ਇਕ ਉਸ ਸਰਵਾਹ ਹੁੰਦੇ ਨੇ।

ਧਰਮ ਦੇ ਪਾਲਕ ਵੀ ਅਖਵਾਉਂਦੇ,
ਕੌਮ ਦੇ ਬਣੇ ਮਲਾਹ ਹੁੰਦੇ ਨੇ।

ਕਦੇ ਵਿਧਾਨ ਕਾਗਜ਼ ਦਾ ਟੁਕੜਾ,
ਸਹੁੰ ਚੁੱਕ ਰਹੇ ਬੇਪਰਵਾਹ ਹੁੰਦੇ ਨੇ।

ਧਰਮ ਦੇ ਰਾਖੇ ਬਣੇ ਚੌਧਰੀ,
ਝੂਠੇ ਨਾਲ ਗਵਾਹ ਹੁੰਦੇ ਨੇ।

ਸਿੱਧੇ ਰਾਹ ਹੈ ਕਠਿਨ ਤਪੱਸਿਆ,
ਔਖੇ ਲੈਣੇ ਸਾਹ ਹੁੰਦੇ ਨੇ।

ਮੰਡੇਰ ਐਵੇਂ ਤੂੰ ਡੋਲ ਨਾ ਜਾਈਂ,
ਭਵਸਾਗਰ ਬੇਅਥਾਹ ਹੁੰਦੇ ਨੇ।

ਦੀਵਾਲੀ ਸ਼ੁੱਭ ਕਾਮਨਾਵਾਂ

ਦੀਵਾਲੀ ਸਾਲ ਪਿੱਛੋਂ ਹੈ ਆਉਂਦੀ।
ਖੁਸ਼ੀਆਂ ਘਰ ਵਿੱਚ ਲੈ ਕੇ ਆਉਂਦੀ।
ਇਹ ਕਿਹੜਾ ਰੋਜ਼ ਰੋਜ਼ ਹੈ ਆਉਂਦੀ।
ਪਿਆਰੇ ਦੀਪ ਜਗਾਵਾਂਗੇ,
ਵਰ੍ਹੇ ਪਿੱਛੋਂ ਪਿੰਡ ਜਾਕੇ,
ਆਪਣੇ ਮਿੱਟੀ ਮੱਥੇ ਲਾਵਾਂਗੇ।

ਧੁਰ ਤੋਂ ਮਿੱਥ ਚਲੀ ਹੈ ਆਉਂਦੀ।
ਜਿੱਥੇ ਜੰਮੇ, ਮਿੱਟੀ ਉਹ ਭਾਉਂਦੀ।
ਪਿੰਡਾਂ ਦੇ ਛਪੜੀ ਰੌਣਕ ਲਾਉਂਦੀ।
ਜਾ ਕੇ ਦੀਵੇ ਲਾਵਾਂਗੇ,
ਵਰ੍ਹੇ ਪਿੱਛੋਂ ਪਿੰਡ ਜਾਕੇ,
ਆਪਣੇ ਮਿੱਟੀ ਮੱਥੇ ਲਾਵਾਂਗੇ।

ਕਰਨਾ ਕਰਮ ਬੁਰਾ ਨਾ ਕੋਈ।
ਐਵੇਂ ਭਰਮ, ਬਦੀ ਹੈ ਮੋਈ।
ਛੁਪ ਜਾਂਦੀ ਲੈ ਕੇ ਲੋਈ।
ਏਹਦਾ ਘੁੰਡ ਚੁਕਾਵਾਂਗੇ,
ਵਰ੍ਹੇ ਪਿੱਛੋਂ ਪਿੰਡ ਜਾਕੇ,
ਆਪਣੇ ਮਿੱਟੀ ਮੱਥੇ ਲਾਵਾਂਗੇ।

ਕਈ ਰਾਵਣ ਅਜੇ ਨਹੀਂ ਮੋਏ,
ਨੰਗੇ ਸ਼ਰੇਆਮ ਨੇ ਹੋਏ।
ਬੇਪਤ ਮਾਵਾਂ ਦੇ ਤਨ ਹੋਏ।
ਬੁਰੀ ਇਹ ਹੋਂਦ ਮਿਟਾਵਾਂਗੇ,
ਵਰ੍ਹੇ ਪਿੱਛੋਂ ਪਿੰਡ ਜਾਕੇ,
ਆਪਣੇ ਮਿੱਟੀ ਮੱਥੇ ਲਾਵਾਂਗੇ।

ਹੈ ਇਹ ਦੇਸ਼, ਜਿੱਥੇ ਹਾਂ ਚੰਗਾ।
ਨਾ ਕੋਈ ਜਾਤ ਪਾਤ ਦਾ ਦੰਗਾ।
ਹੋਵੇ ਕਿਸੇ ਧਰਮ ਦਾ ਬੰਦਾ।
ਦੀਵੇ ਤੇਲ ਵੀ ਪਾਵਾਂਗੇ,
ਵਰ੍ਹੇ ਪਿੱਛੋਂ ਪਿੰਡ ਜਾਕੇ,
ਆਪਣੇ ਮਿੱਟੀ ਮੱਥੇ ਲਾਵਾਂਗੇ।

ਭਾਵੇਂ ਬਰਫ ਪੈਂਦੀ ਵੀ ਹੋਵੇ,
ਵੇਹਲਾ ਫੇਰ ਵੀ ਕੋਈ ਨਾ ਹੋਵੇ।
ਬਾਬਾ ਕਹਿੰਦਾ ਚੱਲੀਏ ਕੰਮ ਤੇ,
ਖਰਚਾ ਹੀ ਲੈ ਆਵਾਂਗੇ,
ਵਰ੍ਹੇ ਪਿੱਛੋਂ ਪਿੰਡ ਜਾਕੇ,
ਆਪਣੇ ਮਿੱਟੀ ਮੱਥੇ ਲਾਵਾਂਗੇ।

ਜਗਦੀਆਂ ਦੀਪਮਾਲਾ ਦੀਆਂ ਲੜੀਆਂ,
ਗੁਰੂ ਘਰਾਂ ਵਿਚ ਰੌਣਕਾਂ ਬੜੀਆਂ।
ਖਿੜੀਆਂ 'ਮੰਡੇਰ' ਕਿਵੇਂ ਫੁੱਲ ਝੜੀਆਂ,
ਪਿਆਰ ਦੀ ਚਿਣਗ ਜਲਾਵਾਂਗੇ।
ਵਰ੍ਹੇ ਪਿੱਛੋਂ ਪਿੰਡ ਜਾਕੇ,
ਆਪਣੇ ਮਿੱਟੀ ਮੱਥੇ ਲਾਵਾਂਗੇ।

ਤੁਰ ਜਾਣ ਵਾਲੇ ਨੂੰ

ਕਿਉਂ ਇਹ ਖੇਡ ਰਚਾ ਗਿਆ ਤੂੰ।
ਆਪਣਾ ਆਪ ਗਵਾ ਗਿਆ ਤੂੰ।

ਜੈ ਜਵਾਨ ਦੀ ਖੇਡ ਨਿਰਾਲੀ,
ਸਿਆਸਤ ਭੇਟ ਚੜ੍ਹਾ ਗਿਆ ਤੂੰ।

ਮਾਤ ਭੂਮੀ ਨੇ ਹੰਝੂ ਕੇਰੇ,
ਭਰਮ ਕਿਹੜੇ ਵਿੱਚ ਆ ਗਿਆ ਤੂੰ।

ਜੰਤਰ ਮੰਤਰ ਧਰਨੇ ਦੇ ਦੇ,
ਮਾਤ ਫੇਰ ਵੀ ਖਾ ਗਿਆ ਤੂੰ।

ਗੱਫੇ ਵੰਡਕੇ ਕਰਨਗੇ ਸਿਆਸਤ,
ਕਿਹੜੇ ਪੰਥ ਚਲਾ ਗਿਆ ਤੂੰ।

ਜਿਸ ਤਨ ਲੱਗਦੀ ਸੋਈ ਜਾਣੇ,
ਗਲ ਸਿਰੇ ਹੀ ਲਾ ਗਿਆ ਤੂੰ।

ਮੰਡੇਰ ਸੌਖਾ ਨਹੀਂ ਜੱਗ ਤੋਂ ਤੁਰਨਾ।
ਕਿਉਂ ਇਹ ਪੰਧ ਮੁਕਾ ਗਿਆ ਤੂੰ।

ਗ਼ਜ਼ਲ

ਗੁਰਬਾਣੀ ਗੁਰੂਆਂ ਦੀ ਬਾਣੀ, ਮਨ ਦਾ ਜੋ ਧੀਰ ਬੰਨ੍ਹਾ ਦੇਵੇ।
ਜੋ ਦਰ ਤੇਰੇ ਦੇ ਹੋ ਜਾਂਦੇ, ਰਾਹ ਉਨ੍ਹਾਂ ਦੇ ਰੁਸ਼ਨਾ ਦੇਵੇ।

ਨਾ ਊਚ ਨੀਚ ਨਾ ਜਾਤ ਪਾਤ, ਇੱਕੋ ਪਿਆਲਾ ਅੰਮ੍ਰਿਤ ਦਾ ਭਰਿਆ,
ਛੱਕ ਲੈਂਦਾ ਜੋ ਸਿੰਘ ਸੱਜ ਜਾਂਦਾ, ਇਹ ਗਿੱਦੜ ਸ਼ੇਰ ਬਣਾ ਦੇਵੇ।

ਨਾ ਮੇਰ ਤੇਰ ਨਾ ਹਉਮਾ ਹੈ, ਇੱਥੇ ਦੇਖ ਦਿਖਾਵੇ ਨਹੀਂ ਪੁੱਗਦੇ,
ਸਿਰ ਤਲੀ ਤੇ ਧਰਕੇ ਰਣਜੋਧਾ, ਜਿੰਦ ਕੌਮ ਦੇ ਲੇਖੇ ਲਾ ਦੇਵੇ।

ਤੂੰ ਭੀੜ ਪਈ ਤੋਂ ਡੋਲੀਂ ਨਾ, ਲੜ ਗੁਰੂਆਂ ਦਾ ਜੇ ਫੜਿਆ ਹੈ।
ਬੁਰੇ ਕਰਮ ਦੂਰ ਹੋ ਰਹਿਣਾ ਹੈ, ਰਾਹ ਮੰਜ਼ਿਲ ਵਾਲੇ ਪਾ ਦੇਵੇ।

ਕਰ ਜ਼ੁਲਮ ਗਰੀਬਾਂ ਦੇ ਉੱਤੇ, ਕਿਉਂ ਫੋਕੀ ਧੌਂਸ ਵਿਖਾਉਂਦਾ ਏ,
ਇਹ ਝੂਠ ਦੇ ਭਰੇ ਅਡੰਬਰਾਂ ਨੂੰ, ਮਿੰਟਾਂ ਵਿੱਚ ਖਾਕ ਬਣਾ ਦੇਵੇ।

ਭਾਵੇਂ ਖੁਦਾ ਨੂੰ ਲੱਭਣ ਲਈ ਬੰਦਿਆ, ਤੂੰ ਵੱਖਰੇ ਰੱਬ ਬਣਾ ਲਏ ਕਈ,
ਜਦ ਮੂਲ ਮੰਤਰ ਤੂੰ ਸਿਮਰੇਂਗਾ, ਸੱਚੇ ਮਾਰਗ ਤੈਨੂੰ ਪਾ ਦੇਵੇ।

ਜੋ ਦੇਸ਼ ਤੋਂ ਆਪਾ ਵਾਰ ਗਏ, ਰਹਿਬਰ ਬਣ ਜਾਂਦੇ ਕੌਮਾਂ ਦੇ,
'ਮੰਡੇਰ' ਕਹਿਣੀ ਤੇ ਕਰਨੀ ਉਨ੍ਹਾਂ ਦੀ, ਸੁੱਤੀ ਕੌਮ ਦੀ ਅਣਖ ਜਗਾ ਦੇਵੇ।

ਪੰਜਾਬੀ ਬੋਲੀ

ਤੂੰ ਬੋਲੀ ਵੀ, ਸਾਡੀ ਜਾਨ ਵੀ।
ਤੂੰ ਰੂਹੇ ਰਵਾਂ, ਜ਼ੁਬਾਨ ਵੀ।

ਹੈ ਗੁਰੂਆਂ ਦੀ ਵਰਸੋਈ ਤੂੰ,
ਤੂੰ ਭਗਤਾਂ ਦੀ ਕਦਰਦਾਨ ਵੀ।

ਜਦ ਬੁੱਲ੍ਹਾ ਮੁਰਸ਼ਦ ਲੱਭਿਆ,
ਹੋਇਆ ਅੱਲਾ ਮਿਹਰਬਾਨ ਵੀ।

ਅੱਜ ਵਾਰਸ ਸ਼ਾਹ ਰੱਸ ਘੋਲਦਾ,
ਹੋਈ ਫਿਰਦੀ ਹੀਰ ਰਕਾਨ ਵੀ।

ਭਾਵੇਂ ਰਾਹਾਂ ਵਿੱਚ ਦੁਸ਼ਵਾਰੀਆਂ,
ਤੈਨੂੰ ਰੋਕ ਨਾ ਸਕੇ ਤੂਫਾਨ ਵੀ।

ਜਦ ਢੋਲ ਨੂੰ ਡੱਗਾ ਮਾਰਿਆ,
ਨੱਚ ਉੱਠਿਆ ਸਾਰਾ ਜਹਾਨ ਵੀ।

'ਮੰਡੇਰ' ਕਦੇ ਨਹੀਂ ਤੂੰ ਭੁੱਲਣਾ,
ਮਾਂ ਬੋਲੀ ਹੈ ਪਹਿਚਾਣ ਵੀ।

ਦੇਸ਼ ਦੀ ਹੋਣੀ

ਕਈ ਮੁੱਦੇ ਤੇ ਕਈ ਨੇ ਗੱਲਾਂ, ਉੱਠਣ ਜਿਵੇਂ ਸਾਗਰ 'ਚੋਂ ਛੱਲਾਂ।
ਮਹਿੰਗਾਈ ਨੇ ਲੱਕ ਤੋੜਤਾ, ਕੀਹਦਾ ਘਰ ਹੁਣ ਜਾਕੇ ਮੱਲਾਂ।
ਕਿਵੇਂ ਮੈਂ ਸਾਰੇ ਦੁੱਖ ਫਰੋਲਾਂ, ਮਨ ਬਿਹਬਲ ਹੋ ਜਾਂਦਾ ਹੈ।
ਕਿੱਧਰ ਗਈ ਮੇਰੇ ਦੇਸ਼ ਦੀ ਹੋਣੀ, ਚੇਤੇ ਰੋਜ਼ ਹੀ ਆਂਦਾ ਹੈ।

ਬਾਪੂ ਖੇਤੋਂ ਘਰ ਨੂੰ ਆਉਂਦਾ, ਝੋਨਾ ਜਾਵੇ ਰੂਪ ਵਟਾਉਂਦਾ।
ਪਿਛਲੀ ਵੱਟਕ ਗਈ ਕਿੱਧਰ ਨੂੰ, ਡਰਦਾ ਘਰ ਵਿੱਚ ਪੈਰ ਨਾ ਪਾਉਂਦਾ।
ਹੋਰ ਵੀ ਸੌ ਖਰਚੇ ਮੂੰਹ ਅੱਡਦੇ ਧੀ ਦਾ ਵਿਆਹ ਘਬਰਾਂਦਾ ਹੈ।
ਕਿੱਧਰ ਗਈ ਮੇਰੇ ਦੇਸ਼ ਦੀ ਹੋਣੀ.........................

ਮੁੰਡਾ ਬਾਹਰ ਜਾਣ ਨੂੰ ਫਿਰਦਾ, ਇਥੇ ਕੰਮ ਕਾਰ ਨਹੀਂ ਮਿਲਦਾ।
ਕਿਥੋਂ ਪੈਸਾ ਲਿਆਵੇ ਬਾਪੂ, ਦਿਨੇ ਰਾਤ ਸੋਚਾਂ ਵਿਚ ਘਿਰਦਾ।
ਵਿਦਿਆ ਵਿਚਾਰੀ ਪਰ ਉਪਕਾਰੀ, ਜਿਹੜਾ ਮਿਲੇ ਸੁਣਾਂਦਾ ਹੈ।
ਕਿੱਧਰ ਗਈ ਪੰਜਾਬ ਦੀ ਹੋਣੀ...........................

ਵਪਾਰ ਦਾ ਕੀ ਹਾਲ ਹੋ ਗਿਆ, ਵੱਡਾ ਮਾਲੋ ਮਾਲ ਹੋ ਗਿਆ।
ਛੋਟੇ ਵਪਾਰ ਨੂੰ ਮਾਰ ਪਈ ਹੈ, ਹਰ ਪਾਸੇ ਬੁਰਾ ਹਾਲ ਹੋ ਗਿਆ।
ਨਾ ਮਰਦਾ ਨਾ ਜੀਵੰਦਿਆਂ ਵਿੱਚ, ਔਖਾ ਈ ਡੰਗ ਟਪਾਂਦਾ ਹੈ।
ਕਿੱਧਰ ਗਈ ਪੰਜਾਬ ਦੀ ਹੋਣੀ.................................

ਇਹ ਕੀ ਚਿੱਟਾ ਰੰਗ ਹੋ ਗਿਆ, ਅਮਨ ਸਾਰਾ ਹੀ ਭੰਗ ਹੋ ਗਿਆ।
ਨਸ਼ੇ ਵੇਚਕੇ ਥੱਕ ਨੇ ਚੁੱਕੇ, ਤਾਹੀਉਂ ਕਿੱਸਾ ਬੰਦ ਹੋ ਗਿਆ।
ਕਈ ਪੱਟੇ ਘਰ ਰਾਸ ਨਹੀਂ ਆਉਣੇ, 'ਮੰਡੇਰ' ਫਿਰੇ ਕੁਰਲਾਂਦਾ ਹੈ।
ਕਿੱਧਰ ਗਈ ਮੇਰੇ ਦੇਸ਼ ਦੀ ਹੋਣੀ, ਚੇਤਾ ਰੋਜ਼ ਹੀ ਆਂਦਾ ਹੈ।

ਕਵਿਤਾ

ਵੋਟ ਨੂੰ ਨੋਟ ਗਿਲਾ ਨਾ ਕਰ ਜੇ, ਬਚ ਕੇ ਇਸਤੋਂ ਰਹਿਣਾ ਹੈ।
ਵੋਟ ਹੀ ਇਕ ਅਧਿਕਾਰ ਜੋ ਤੇਰਾ, ਲੋਕ ਰਾਜ ਦਾ ਗਹਿਣਾ ਹੈ।

ਰੁੱਤ ਵੋਟਾਂ ਦੀ ਜਦ ਆ ਜਾਵੇ, ਵੋਟ ਮੰਗਣ ਘਰ ਆਵਣਗੇ।
ਕੰਮ ਜੋ ਕੀਤੇ ਪਤਾ ਲੋਕਾਂ ਨੂੰ, ਫੇਰ ਵੀ ਸ਼ੋਰ ਮਚਾਵਣਗੇ।

ਚੋਣ ਮਨੋਰਥ ਵਾਅਦੇ ਕਰ ਕੇ, ਸਬਜ ਬਾਗ ਦਿਖਾ ਜਾਂਦਾ ਹੈ।
ਪ੍ਰਦੂਸ਼ਣ ਦਾ ਕੀ ਬਣੂਗਾ ਐਪਰ, ਉਲਟਾ ਸ਼ੋਰ ਮਚਾ ਜਾਂਦਾ ਹੈ।

ਡੇਰਿਆਂ ਵਾਲੇ ਭੇਤ ਨਾ ਖੋਲ੍ਹਣ, ਮਾਲ ਮੰਡੀ ਦਾ ਮੁੱਲ ਪੈ ਜਾਵੇ।
ਹਰ ਲੀਡਰ ਹੀ ਵੋਟਾਂ ਖਾਤਰ, ਅਸ਼ੀਰਵਾਦ ਡੇਰਿਉਂ ਲੈ ਆਵੇ।

ਉਂਜ ਕਈ ਬੋਲਦੇ ਮੰਚ ਉਤੇ ਜਦ, ਪਾਰਟੀ ਸਾਡੀ ਮਾਂ ਤੋਂ ਪਿਆਰੀ।
ਟਿਕਟ ਜਦੋਂ ਨਹੀਂ ਮਿਲਦਾ ਦਿਸਦਾ, ਮਾਰਨ ਕਿਧਰੇ ਹੋਰ ਉਡਾਰੀ।

ਜੋੜ ਤੋੜ ਦਾ ਮਸਲਾ ਗਹਿਰਾ, ਭੰਬਲਭੂਸੇ ਪਾ ਜਾਂਦਾ ਹੈ।
ਤੀਜੀ ਜੰਮੀ ਧਿਰ ਤੋਂ ਯਾਰਾ, ਐਪਰ ਚਿੱਤ ਘਬਰਾ ਜਾਂਦਾ ਹੈ।

ਲੋਕਾਂ ਦਾ ਕੀ ਪਤਾ ਕਿੱਧਰ ਨੂੰ, ਤੁਰ ਪੈਣਗੇ ਰਲ ਕੇ ਸਾਰੇ।
ਚਮਤਕਾਰ ਕਰ ਦਿੰਦੀ ਖਲਕਤ, ਵੋਟ ਬੈਂਕ ਰੁਲ ਜਾਂਦੇ ਸਾਰੇ।

ਕੱਠੀ ਕੀਤੀ ਧਨ ਦੌਲਤ ਤੋਂ, ਧੰਨ ਕੁਬੇਰ ਨੇ ਕਿਉਂ ਘਬਰਾਉਂਦੇ।
ਹੋਰ ਨਾ ਕੋਈ ਜਿੱਤ ਕੇ ਆ ਜੇ, ਡਰਦੇ ਲੱਖਣ ਪਏ ਨੇ ਲਾਉਂਦੇ।

ਸਾਫ ਸੁਥਰੀਆਂ ਚੋਣਾਂ ਹੋਵਣ, ਚੋਣ ਕਮਿਸ਼ਨ ਕਰ ਲਈ ਤਿਆਰੀ।
ਗੜਬੜ ਹੋਣ ਨਹੀਂ ਦੇਣੀ ਕਿਧਰੇ, ਚੱਲਣੀ ਨੀ ਕੋਈ ਹੁਸ਼ਿਆਰੀ।

'ਮੰਡੇਰ' ਪਰਖ ਲਵੀਂ ਮਨ ਆਪਣਾ, ਵੋਟ ਨੂੰ ਸਮਝ ਸੋਚ ਕੇ ਪਾਵੀਂ।
ਜੇ ਤੂੰ ਸੱਚ ਨਿਤਾਰ ਨਾ ਸਕਿਆ, ਪਿੱਛੋਂ ਐਵੇਂ ਨਾ ਪਛਤਾਵੀਂ।

ਨੋਟ ਬੰਦੀ

ਨੋਟ ਬੰਦੀ ਦਾ ਹੁਕਮ ਸੁਣਾਇਆ ਰੱਬ ਜਾਣੇ।
ਆਪਣੇ ਬੰਦਿਆਂ ਨੂੰ ਸਮਝਾਇਆ ਰੱਬ ਜਾਣੇ।

ਕਾਲਾ ਧੰਨ ਵਿਦੇਸ਼ੀ ਮੌਜਾਂ ਮਾਣ ਰਿਹਾ,
ਡਾਲਰ ਨੂੰ ਕਿਸੇ ਹੱਥ ਨਾ ਲਾਇਆ ਰੱਬ ਜਾਣੇ।

ਵੋਟਾਂ ਵੇਲੇ ਧਨ ਤਾਂ ਵੰਡਣਾ ਪੈਣਾ ਹੈ,
ਗੋਲਕ ਰਾਹੀਂ ਦਾਨ ਚੜ੍ਹਾਇਆ ਰੱਬ ਜਾਣੇ।

ਲਾਈਨਾਂ ਲੱਗੀਆਂ, ਬੈਂਕ ਆਫ਼ਰੇ ਫਿਰਦੇ ਨੇ,
ਸਾਰਾ ਦਿਨ ਰੁਲਕੇ, ਕੀ ਪਾਇਆ ਰੱਬ ਜਾਣੇ।

ਝੋਨਾ ਵੇਚਿਆ, ਬੈਂਕਾਂ ਪੈਸੇ ਰੋਕ ਲਏ,
ਆੜ੍ਹਤੀਏ ਨੇ ਇੰਝ ਫਰਮਾਇਆ ਰੱਬ ਜਾਣੇ।

ਕਈ ਵਿਆਹ, ਕਈ ਲੋੜਾਂ ਕਿਵੇਂ ਨਿਭਾਵਾਂਗੇ,
ਸਾਰਾ ਟੱਬਰ ਸੁੱਕਣੇ ਪਾਇਆ ਰੱਬ ਜਾਣੇ।

ਸੰਸਦ ਵਿੱਚ ਵੀ, ਰੌਲਾ ਪਾ ਪਾ ਅੱਕ ਗਏ,
ਰਹਿਬਰਾਂ ਕੁਝ ਨਹੀਂ ਪੱਲੇ ਪਾਇਆ ਰੱਬ ਜਾਣੇ।

ਸਬਰ ਸਬੂਰੀ ਵੀ ਕੋਈ ਸੀਮਾ ਹੁੰਦੀ ਹੈ,
ਬੰਨ੍ਹ ਟੁੱਟ ਜੇ, ਫਿਰ ਰਾਸ ਨਾ ਆਇਆ ਰੱਬ ਜਾਣੇ।

ਲੋਕਾਂ ਦਾ ਦੁੱਖ ਦਰਦ ਕਚਹਿਰੀ ਜਾ ਵੜਿਆ,
'ਮੰਡੇਰ' ਕੋਰਟਾਂ ਫਿਕਰ ਜਤਾਇਆ ਰੱਬ ਜਾਣੇ।

.ਗ਼ਜ਼ਲ

ਹੱਸੋ ਖੇਡੋ, ਨੱਚੋ ਗਾਉ।
ਮੇਰਾ ਕੂੰਡਾ ਨਾ ਖੜਕਾਉ।

ਮੈਂ ਪੰਜਾਬ ਮੇਰਾ ਇਹ ਪਾਣੀ,
ਜ਼ਹਿਰ ਵਾਲਾ ਨਾ ਹੋਰ ਬਣਾਉ।

ਤਿੱਪ-ਤਿੱਪ ਨੂੰ ਤੁਸੀਂ ਤਰਸ ਜਾਵੋਗੇ,
ਵਕਤ ਅਜੇ ਵੀ ਹੋਸ਼ 'ਚ ਆਉ।

ਵਿੱਘੇ ਕਿੰਨੇ ਕਰਜ਼ ਤੋਂ ਸੱਖਣੇ,
ਡੁੱਬੀ ਕਿਸਾਨੀ ਲੱਖਣ ਲਾਉ।

ਧਰਨੇ ਲਾ ਲਾ ਥੱਕ ਗਏ ਆਪਾਂ,
ਕਿਸੇ ਹੋਰ ਨੂੰ ਵੀ ਅਜ਼ਮਾਉ।

ਨਸ਼ਿਆਂ ਦੇ ਇਸ ਹੜ ਨੂੰ ਰੋਕੋ,
ਆਪਣੇ ਤੇ ਵਿਸ਼ਵਾਸ ਬਣਾਉ।

ਵੋਟ ਚੱਕਰ ਵਿੱਚ ਫਸਕੇ ਐਵੇਂ,
ਆਪਣਾ ਨਾ ਘਰ ਬਾਰ ਲੁਟਾਉ।

ਉੜਤਾ ਪੰਜਾਬ ਹੁਣ ਕਿਵੇਂ ਉੜੇਗਾ,
ਖੰਭਾਂ ਤੇ ਕੁਝ ਮੱਲ੍ਹਮ ਲਾਉ।

ਮੰਤਰਾਂ ਦੇ ਭਾਵੇਂ ਜਾਪ ਕਰੋ ਨਿੱਤ,
ਨਾਗ ਦੀ ਪੂਛ ਤੇ ਹੱਥ ਨਾ ਲਾਉ।

'ਮੰਡੇਰ' ਸ਼ਾਂਤ ਚਿੱਤ ਹੋ ਕੇ ਸੋਚੀਂ,
ਡੁੱਬਦੀ ਬੇੜੀ ਪਾਰ ਲਗਾਉ।

ਮੌਤ ਇੱਕ ਅਹਿਸਾਸ

ਮੌਤ ਇੱਕ ਅਹਿਸਾਸ
ਮੌਤ ਨਿਰਭਾਉ
ਨਿਰਵੈਰ ਵੀ
ਸਵੇਰੇ ਸਵੱਖਤੇ, ਊਸ਼ਾ ਦਾ ਗੋਲ ਚੱਕਰ,
ਫੇਰ ਦਿਨ ਦਾ ਜੋਬਨ ਮੱਤਾ ਸਰੂਰ।
ਉਮਰ ਦੇ ਪਿਛਲੇ, ਪਹਿਰ ਦਾ ਖੌਫ
ਮੌਤ ਦੀ ਬੁੱਕਲ 'ਚ ਸੌਂ ਜਾਵਾਂ।
ਆਨੰਦ ਦੇ ਪਲਾਂ 'ਚੋਂ ਡਰ, ਉਠ ਜਾਵਾਂ।
ਹਰ ਪਲ ਨੇੜੇ ਤੇੜੇ ਆਉਂਦਾ
ਦੀਵੇ ਦੀ ਭੜਕਦੀ ਲੋ ਬੁਝਾਉਂਦਾ
ਮੌਤ ਦਾ ਅਹਿਸਾਸ ਜਗਾਉਂਦਾ
ਮੌਤ ਨਿਰਭਉ, ਨਿਰਵੈਰ ਵੀ।
'ਮੰਡੇਰ' ਉਮੰਗਾਂ ਨੂੰ ਸਲਾਮ।

ਪੰਜਾਬ

ਧਰਤੀ ਮਾਂ ਤੈਨੂੰ ਆਖ ਰਹੀ ਹੈ, ਕਿਵੇਂ ਚੁੱਕੇਂਗਾ ਭਾਰ ਤੂੰ ਮੇਰਾ।
ਇੱਥੇ ਰੇਤ ਅੰਬਾਰ ਹੋਣਗੇ, ਲੱਭਣਾ ਨਹੀਂ ਤੈਨੂੰ ਰੈਣ ਬਸੇਰਾ।

ਪੰਜ ਆਬਾਂ ਦਾ ਪਾਣੀ ਮੋਇਆ, ਮਾਰ ਪਈ ਜਦ ਵੰਡੀਆਂ ਪਾਈਆਂ।
ਦੇਸ਼ ਭਾਵੇਂ ਅਜ਼ਾਦ ਹੋ ਗਿਆ, ਤੇਰੀਆਂ ਇੱਜ਼ਤਾਂ ਰੇਤ ਰਲਾਈਆਂ।
ਸਾਮਰਾਜ ਨੂੰ ਚਿੱਤ ਡੇਗਕੇ, ਸਾਰਿਆਂ ਰਲਕੇ ਜਸ਼ਨ ਮਨਾਇਆ।
ਪੈ ਗਈ ਮਾਰ ਪੰਜਾਬ ਮੇਰੇ ਤੇ ਕਿਸੇ ਨੂੰ ਦਰਦ ਨਹੀਂ ਪਰ ਆਇਆ।
ਜਦੋਂ ਆਪਣੇ ਹੀ ਮੁੱਲ ਵਿਕ ਜਾਂਦੇ, ਚੜ੍ਹਦਾ ਕਿੱਦਾਂ ਫੇਰ ਸਵੇਰਾ।
ਟਿੱਬੇ ਰੇਤ ਅੰਬਾਰ ਹੋਣਗੇ,.............................

ਸੂਬਾ ਜਦੋਂ ਪੰਜਾਬ ਤੂੰ ਮੰਗਿਆ, ਮੰਗ ਵੀ ਜਾਇਜ਼ ਬੜੀ ਸੀ ਤੇਰੀ।
ਮਾਂ ਬੋਲੀ ਤੋਂ ਮੁੱਕਰ ਗਏ ਕਈ, ਪਾ ਦਿੱਤੀ ਵਿੱਚ ਘੁੰਮਣਘੇਰੀ।
ਸ਼ਿਮਲੇ ਤੋਂ ਧੁਰ ਨਾਰਨੌਲ ਤੱਕ, ਵਾਹਵਾ ਲੱਗਦਾ ਪੰਜਾਬ ਸੀ ਸਾਰਾ।
ਰਾਗਨੀ, ਬੋਲੀਆਂ, ਭੰਗੜੇ ਪਾਉਂਦੇ, ਦੁੱਖ ਸੁਖ ਵੰਡ ਲੈਂਦੇ ਸੀ ਸਾਰਾ।
ਦੁੱਧ ਵੀ ਦਿੱਤਾ ਮੀਂਗਣਾਂ ਪਾ ਕੇ, ਕਰ ਦਿੱਤਾ ਸੀਮਤ ਤੇਰਾ ਘੇਰਾ।
ਟਿੱਬੇ ਰੇਤ ਅੰਬਾਰ ਹੋਣਗੇ..........................

ਮਹਾਂ ਪੰਜਾਬ ਦੇ ਟੋਟੇ ਹੋ ਗਏ, ਫੇਰ ਪੰਜਾਬ ਨੂੰ ਖੋਰਾ ਲਾਇਆ।
ਹਰਿਆਣਾ, ਹਿਮਾਚਲ, ਮੰਗ ਨਾ ਕੋਈ, ਨਵਾਂ ਬਣਾਕੇ ਝੋਲੀ ਪਾਇਆ।
ਜੇਲ੍ਹਾਂ ਭਰੀਆਂ ਧਰਨੇ ਦਿੱਤੇ, ਜੰਗ ਨੇ ਆ ਕੇ ਵਿਗਲ ਵਜਾਇਆ।
ਜੰਗ ਜਿੱਤਕੇ ਤੇਰਾ ਮਾਣ ਰੱਖਣ ਲਈ, ਪੰਜਾਬ ਦਾ ਨਾਂ ਨਕਸ਼ੇ ਤੇ ਆਇਆ।
ਰਾਜ ਭਾਗ ਤੇਰੇ ਹੱਥ ਵਿਚ ਆਜੂ, ਹੋ ਗਿਆ ਤੈਨੂੰ ਚਾਅ ਘਨੇਰਾ।
ਟਿੱਬੇ ਰੇਤ ਅੰਬਾਰ ਹੋਣਗੇ.........................

ਰੰਗਲਾ ਪੰਜਾਬ ਗੀਤ ਤੂੰ ਗਾਕੇ, ਭਾਵੇਂ ਰੋਜ਼ ਮਾਰ ਲਲਕਾਰੇ।
ਜਾਣਾ ਹੁਣ ਪਰਦੇਸ ਪੈ ਗਿਆ, ਔਖਾ ਛੱਡਣਾ ਵਤਨ ਪਿਆਰੇ।
ਕਿਵੇਂ ਝੱਲਾਂਗੇ ਬੇਰੁਜ਼ਗਾਰੀ, ਹੋਰ ਨਹੀਂ ਦਿਸਦਾ ਕੋਈ ਸਵੇਰਾ
ਨਸ਼ਿਆਂ ਦੀ ਏਹ ਚੰਦਰੀ ਆਦਤ, ਝੁੱਗਾ ਚੌੜ ਕਰੂਗੀ ਤੇਰਾ।
ਟਿੱਬੇ ਰੇਤ ਅੰਬਾਰ ਹੋਣਗੇ............................

ਪਹਿਲਾਂ ਘੱਟ ਨਹੀਂ ਸੀ ਕੀਤੀ, ਹੁਣ ਵੀ ਜੁਗਤਾਂ ਕਈ ਬਣਾਉਂਦੇ।
ਮਾਰਕੇ ਮਿੱਠੇ ਪੋਚੇ ਤੈਨੂੰ, ਦਰਿਆਵਾਂ ਦਾ ਲਿੰਕ ਬਣਾਉਂਦੇ।
ਐਸ. ਵਾਈ. ਐਲ. ਵੀ ਬਣੀ ਸਿਆਸਤ, ਖੋਹ ਲੈਣਾ ਬੱਚਦਾ ਜੋ ਪਾਣੀ।
ਹੁਣ ਤਾਂ ਮਾਤਾ ਸਰਸਵਤੀ ਨੇ, ਵਿੱਚ ਪਹਾੜੀਂ ਸੰਨ੍ਹ ਜਾ ਲਾਣੀ।
'ਮੰਡੇਰ' ਕੋਈ ਉਪਰਾਲਾ ਕਰਲੈ, ਚਾਰੇ ਪਾਸਿਉਂ ਪੈ ਗਿਆ ਘੇਰਾ
ਟਿੱਬੇ ਰੇਤ ਅੰਬਾਰ ਹੋਣਗੇ, ਲੱਭਣਾ ਨਹੀਂ ਤੈਨੂੰ ਰੈਣ ਬਸੇਰਾ।

.ਗ਼ਜ਼ਲ

ਦੇਸ਼ ਇਹ ਆਪਣਾ ਅਸੀਂ ਦੇਸ਼ ਦੇ,
ਹੁਣ ਤਾਂ ਅਸੀਂ ਅਜ਼ਾਦ ਹੋ ਗਏ।
ਗੁੰਡਾ ਗਰਦੀ ਰਿਸ਼ਵਤ ਖੋਰੀ,
ਸੁਪਨੇ ਕਈ ਬਰਬਾਦ ਹੋ ਗਏ।

ਜੌਬ ਕੋਈ ਨਹੀਂ ਹਾਣਦਾ ਮਿਲਦਾ
ਵਕਤ ਟਪਾਊ ਸੌਦਾ ਬਣਿਆ।
ਕਾਰਪੋਰੇਟ ਜਗਤ ਦੇ ਖਾਤੇ,
ਦੇਸ਼ ਵਿਦੇਸ਼ ਅਬਾਦ ਹੋ ਗਏ।

ਵੋਟ ਬੈਂਕ ਬਣਿਆ ਸਿਰਦਰਦੀ,
ਰਾਜਨੀਤੀ ਨੂੰ ਕਰੇ ਚਹੇਡਾਂ,
ਮੁਰੀਦ ਬਣੇ ਡੇਰਿਆਂ ਦੇ ਨੇਤਾ,
ਕੁਰਸੀ ਸਭਦੇ ਖੁਆਬ ਹੋ ਗਏ।

ਮਾਇਆ ਦਾ ਨੱਕਾ ਖੁੱਲ੍ਹ ਜਾਣਾ,
ਰੋੜ੍ਹ ਲਵੇ ਨਾ ਸਤਲੁਜ ਵਾਂਗੂੰ,
ਤੁਰਨਾ ਪੈਣਾ ਸੰਭਲ ਕੇ ਯਾਰਾ,
ਪਹਿਲਾਂ ਰੁੜ੍ਹ ਕਈ ਆਬ ਹੋ ਗਏ।

ਰਾਤ ਦੇ ਸੂਰਜ ਵੋਟਾਂ ਵੇਲੇ,
ਘਰ ਘਰ ਠੋਕਰ ਮਾਰਨੀ ਆਕੇ।
ਲੱਛਮੀ ਦੇ ਦੀਪਕ ਜੱਗ ਪੈਣੇ,
ਗੁੱਝੇ ਸਭ ਦੇ ਰਾਜ਼ ਹੋ ਗਏ।

ਮੁੜਨ ਤੋਂ ਪਹਿਲਾਂ ਦੇਖ ਵੀ ਆਵੀਂ,
ਜਿੱਤ ਪੱਲੇ ਹੈ ਕਿਸਦੇ ਪੈਂਦੀ।
'ਮੰਡੇਰ' ਚਮਨ ਦੇ ਮਾਲੀ ਵੀ ਜਦ,
ਖਿੜਕੇ ਫੁੱਲ ਗੁਲਾਬ ਹੋ ਗਏ।

ਸਾਈਂ ਜੀ

ਸਾਈਂ ਜੀ, ਤੇਰੇ ਦੁਆਰੇ ਆ ਕੇ, ਜੋਗੀ ਭੇਸ ਬਣਾਈਏ ਕਿਉਂ।
ਕਿਸਮਤ ਮੂਹਰੇ ਹੱਥ ਅੱਡ ਅੱਡ ਕੇ, ਆਪਣਾ ਆਪ ਗਵਾਈਏ ਕਿਉਂ।

ਸਾਈਂ ਜੀ, ਇਹ ਕਿਰਤ ਨੇ ਸਾਡੀ, ਬੇੜੀ ਬੰਨੇ ਲਾਉਣੀ ਹੈ।
ਲੰਘਿਆ ਵਕਤ ਕਦੇ ਨਹੀਂ ਮੁੜਦਾ, ਫੇਰ ਤਾਂ ਇਕ ਪਛਤਾਉਣੀ ਹੈ।

ਸਾਈਂ ਜੀ, ਹਰ ਖਬਰਸਾਰ ਤਾਂ, ਪਹੁੰਚ ਜਾਂਦੀ ਹੈ ਦੂਰ ਦੁਰੇਡੇ।
ਧਰਮ ਤਾਂ ਇਕ ਪਰ ਹੋਣ ਲੜਾਈਆਂ, ਕੌਣ ਇਹ ਖੇਡ ਪਿਆ ਹੈ ਖੇਡੇ।

ਰਹਿਬਰ ਧਰਮ ਦੇ ਬਣੇ ਸਾਈਂ ਜੀ, ਬੰਦੇ ਦਾ ਮੁੱਲ ਕੌਣ ਜੋ ਪਾਵੇ।
ਆਪਣੇ ਆਪ ਤੋਂ ਡਰਨ ਸਾਈਂ ਜੀ, ਕਿਹੜਾ ਲੁਕ ਲੁਕ ਜਾਨ ਬਚਾਵੇ।

ਮਾਇਆ ਰੂਪੀ ਰੌਲਾ ਸਾਈਆਂ, ਕਾਲੀ ਨਾਗਨੀ ਜੱਗ ਪਿਆ ਆਖੇ।
ਇਕ ਦੂਜੇ ਨੂੰ ਠਿੱਬੀ ਲਾਉਂਦੇ, ਮਾਇਆ ਲਈ ਸਭ ਹੋਣ ਸਿਆਪੇ।

ਦੇਸ਼ ਵਿਦੇਸ਼ ਹੋਈ ਬਦਨਾਮੀ, ਕਿਉਂ ਏਹ ਖੇਲ ਰਚਾਇਆ ਸਾਈਆਂ।
ਗੋਲੀਆਂ ਨਾਲ ਮਨੁੱਖਤਾ ਡੋਲੀ, ਕੀ ਇਹ ਕਹਿਰ ਕਮਾਇਆ ਸਾਈਆਂ।

ਸਾਈਂ ਜੀ ਲੋਕਾਂ ਦਾ ਸ਼ਿਕਵਾ, ਮੁਸੱਲਾ, ਕੁੱਲੀ ਗੁੱਲੀ ਦਾ ਜੋ।
ਸਭ ਲਈ ਰਾਸ ਕਦੇ ਨਹੀਂ ਆਉਣਾ, ਰੌਲਾ ਮੰਡੀ ਖੁੱਲ੍ਹੀ ਦਾ ਜੋ।

ਸਾਈਂ ਜੀ, ਕਦੇ ਕਿਰਤ ਕਰਨ ਦਾ ਬੋਰਡ ਸਾਹਮਣੇ ਲਾ ਦਿਆ ਵੀ ਕਰ।
'ਮੰਡੇਰ' ਕਦੇ ਫੱਕਰਾਂ ਦੇ ਵਿਹੜੇ, ਭੁੱਲ ਕੇ ਦਰਸ਼ਨ ਪਾ ਦਿਆ ਵੀ ਕਰ।

ਧੂਮਾਂ ਪੈ ਗਈਆਂ

ਡੇਰਿਆਂ ਵਾਲੇ ਪੂਜਨੀਕ ਸਭ, ਰੱਬ ਦੇ ਹੀ ਜਸ ਗਾਉਂਦੇ ਨੇ।
ਸਵਰਗਾਂ ਦੇ ਜੋ ਰਾਹ ਦਸੇਰੇ, ਲੋਕਾਂ ਨੂੰ ਸਮਝਾਉਂਦੇ ਨੇ।
ਇਕ ਦੂਜੇ ਨਾਲ ਈਰਖਾ ਰੱਖਦੇ, ਭਾਣਾ ਕੀ ਵਰਤਾਇਆ ਹੈ।
ਧੂਮਾਂ ਪੈ ਗਈਆਂ ਚਾਰ ਚੁਫੇਰੇ, ਕੌਮ ਦਾ ਨਾਂ ਰੁਸ਼ਨਾਇਆ ਹੈ।

ਕਿਵੇਂ ਦੱਸੋਂਗੇ ਲੋਕਾਂ ਤਾਈਂ, ਕਿਹੜੇ ਰਾਹੀਂ ਜਾਣਾ ਹੈ।
ਅਸਲ ਨਕਲ ਰੱਬ ਲੁਕ ਗਿਆ ਕਿਧਰੇ, ਵਰਤ ਗਿਆ ਕੀ ਭਾਣਾ ਹੈ।
ਚੰਗੀ ਭਲੀ ਮਨੁੱਖਤਾ ਨੂੰ ਹੁਣ, ਕਿਹੜਾ ਰਾਹ ਦਿਖਲਾਇਆ ਹੈ।
ਧੂਮਾਂ ਪੈ ਗਈਆਂ..................................

ਦਾਨਸ਼ਮੰਦੀ, ਸੋਹਜ, ਸਿਆਣਪ ਸਭ ਦੇ ਪੱਲੇ ਵਿਚ ਹੈ ਸਾਈਆਂ।
ਲੋਕਾਂ ਲਈ ਰੋਟੀ ਦਾ ਮਸਲਾ ਸਭ ਦਾ ਰੱਬ ਤਾਂ ਇੱਕ ਹੈ ਸਾਈਆਂ।
ਅੱਵਲ ਅੱਲ੍ਹਾ ਨੂਰ ਖੁਦਾ ਦਾ, ਇਕ ਰਸਤੇ ਹੀ ਆਇਆ ਹੈ।
ਧੂਮਾਂ ਪੈ ਗਈਆਂ..................................

ਰੱਬ ਦੇ ਨਾਂ ਦੀ ਕਰੋ ਚਾਕਰੀ, ਸਵੈਮਾਨ ਵਿਚ ਰਹਿਣਾ ਸਿਖਲੋ।
ਮੂੰਹ ਤੇ ਸੱਚ ਕਹਿ ਦੇਣਾ ਚੰਗਾ, ਝੂਠ ਨੂੰ ਝੂਠ ਵੀ ਕਹਿਣਾ ਸਿੱਖਲੋ।
'ਮੰਡੇਰ' ਅੰਧੇਰਾ ਭੱਜ ਖਲੋਣਾ, ਸੂਰਜ ਆ ਮੁੱਲ ਪਾਇਆ ਹੈ।
ਧੂੰਮਾਂ ਪੈ ਗਈਆਂ ਚਾਰੇ ਚੁਫੇਰੇ, ਕੌਮ ਦਾ ਨਾਂ ਰੁਸ਼ਨਾਇਆ ਹੈ।

ਵਿਛੜ ਗਿਆਂ ਨੂੰ

ਵਾਰੀ ਨਹੀਂ ਸੀ ਮਿੱਤਰ ਪਿਆਰੇ, ਕਿੱਧਰ ਉਡਾਰੀ ਮਾਰ ਗਏ।
ਅੱਖੀਆਂ ਲੱਭ ਲੱਭ ਬੋਝਲ ਹੋਈਆਂ, ਕਿੱਧਰ ਉਹ ਗਮਖ਼ਾਰ ਗਏ।

ਅੱਜ ਨੂੰ ਅੱਜ ਕਿੱਦਾਂ ਆਖਾਂ ਮੈਂ, ਕੱਲ੍ਹ ਵਾਲੀ ਉਹ ਅੱਜ ਨਹੀਂ।
ਗੱਲਾਂ ਬਹੁਤ ਜੋ ਹੋਈਆਂ ਸੱਜਣਾ, ਹੋਇਆ ਕਦੇ ਵੀ ਰੱਜ ਨਹੀਂ।
ਪਤਾ ਨਹੀਂ ਪਲ ਕਿੱਧਰ ਗੁਆਚੇ, ਕੌਣ ਜੋ ਭਾਨੀ ਮਾਰ ਗਏ।
ਅੱਖੀਆਂ ਲੱਭ ਲੱਭ ਬੋਝਲ ਹੋਈਆਂ.............................

ਇੱਕ ਦੂਜੇ ਦੇ ਸਾਹੀਂ ਜਿਉਂਦੇ, ਮੌਤ ਨਾ ਕੋਈ ਅਚੰਭਾ ਸੀ।
ਭਾਂਡੇ ਖੜਕ ਵੀ ਜਾਂਦੇ ਜੇਕਰ, ਵਕਤ ਉਹੋ ਵੀ ਚੰਗਾ ਸੀ।
ਮੌਤ ਨੂੰ ਟਿਚ ਜਾਣਿਆ ਆਪਾਂ, ਮੌਤ ਹੱਥੋਂ ਹੀ ਹਾਰ ਗਏ।
ਅੱਖੀਆਂ ਲੱਭ ਲੱਭ ਬੋਝਲ ਹੋਈਆਂ.......................

ਜਿੱਥੇ ਰਹੇਂ ਖੁਸ਼ੀ ਤੂੰ ਵਸੇਂ, ਚੰਗੀ ਪ੍ਰੀਤ ਨਿਭਾ ਗਿਆ ਯਾਰਾ।
ਆਉਣਾ ਜਾਣਾ ਗੀਤ ਬਣੀ ਹੈ, ਚੰਗਾ ਪੰਧ ਮੁਕਾ ਗਿਆ ਯਾਰਾ।
ਮੰਡੇਰ ਦਮਾਂ ਦੇ ਲੋਭੀ ਨੂੰ ਅੱਜ, ਦਮ ਹੀ ਕਰ ਖੁਆਰ ਗਏ।
ਅੱਖੀਆਂ ਲੱਭ ਲੱਭ ਬੋਝਲ ਹੋਈਆਂ, ਕਿੱਧਰ ਉਹ ਗ਼ਮਖ਼ਾਰ ਗਏ।

ਤੇਰੇ ਕੋਲ ਵਕਤ ਨਹੀਂ

ਮੇਰਾ ਆਪਾ ਲਰਜ਼ ਜਾਂਦਾ
ਤੈਨੂੰ ਢੂੰਡਦੀ...ਨੀਂਦ ਵੱਸ ਹੋ ਜਾਂਦੀ।
ਮਾਰ ਕਿਲਕਾਰੀ ਉੱਠ ਪੈਂਦੀ....ਆਪੇ ਤੋਂ ਬਾਹਰ।
ਮੈਨੂੰ ਤੂੰ ਪ੍ਰੀਤ-ਪ੍ਰੀਤ ਠੋਕਰਦਾ ਕਹਿੰਦਾ
ਡਰ ਗਈ ਸੈਂ?
ਨਹੀਂ ਮੈਂ?.....ਤਰੰਗ ਛਿੜ ਜਾਂਦੀ।
ਮਨਮੰਦਰ ਦਾ ਕੋਈ ਗੀਤ,
ਕੂਲ੍ਹਾ ਬਦਨ ਤੇਰੇ ਅੰਗ ਸੰਗ।
ਮੇਰੇ ਵਾਲਾਂ 'ਚ ਮੇਰੀਆਂ ਉਂਗਲਾਂ ਦਾ ਸਪਰਸ਼।
ਡਰਨਾ ਨਹੀਂ-ਪ੍ਰੀਤ ਸੌਂ ਜਾ।
ਪਤਾ ਨਹੀਂ ਕਿੰਨੀ ਰਾਤ ਤੱਕ,
ਤੇਰੀ ਕਲਮ ਹੰਝੂ ਭਰਨੇ।
ਲੋਕਾਂ ਦੇ ਘਰ ਦੀਵੇ ਧਰਨੇ।
ਤੇਰੇ ਕੋਲ ਵਕਤ ਨਹੀਂ
ਵਕਤ ਨਹੀਂ ਸੀ ਤੇਰੇ ਕੋਲ, ਮੇਰੇ ਲਈ।
ਤੇਰੇ ਪੈਰਾਂ ਦੀ ਭਾਉਰੀ ਕਦੇ ਟਿਕਣ ਦਿੱਤਾ?
ਲੋਕ ਤਾਂ ਜਿਉਂਦੇ ਨੇ....ਸਭ ਆਪਣੇ ਲਈ।
ਲੋਕ ਸੇਵਾ ਇਕ ਦੇਖ ਦਿਖਾਵਾ,
ਕਿਹਨੂੰ ਕਿਵੇਂ ਆਖਾਂ, ਊਤ ਗਿਆ ਹੈ ਸਾਰਾ ਆਵਾ।
ਚੱਤ ਪਹਿਰ ਸੁਕਣੇ ਕਿਉਂ ਪਾਉਨੈ?
ਦਿਮਾਗ ਦੇ ਕਿਉਂ ਖੰਭ ਉਡਾਉਨੈ।
ਲੋਕਾਂ ਦਾ ਕਿਉਂ ਭਾਰ ਤੂੰ ਢੋਹਵੇਂ?
ਇਹਨਾਂ ਅੱਗੇ ਮਿਸ਼ਨ ਨਹੀਂ ਖੜ੍ਹਦੇ।

ਮਹਿੰਗਾਈ, ਆਟਾ, ਦਾਲ,
ਚੁੱਲ੍ਹੇ ਦੀ ਲੋੜ, ਢਿੱਡ ਦੀ ਭੁੱਖ।
ਗੱਲ ਇਹ ਮੁੱਕ ਜਾਣੀ ਹੈ ਏਵੇਂ।
ਕਿਹਦੇ ਘਰੇਂ ਉਲਾਂਭਾ ਦੇਵੇਂ।
ਸੇਵਾ ਕਮਾਕੇ ਦਰਗਾਹਿ ਜਾਣਾ,
ਤੈਨੂੰ ਚੰਗਾ ਨਹੀਂ ਲੱਗਦਾ।
ਕਿਉਂ? ਤੇਰੇ ਕੋਲ ਵਕਤ ਨਹੀਂ।
ਵਕਤ ਨਹੀਂ ਹੈ ਤੇਰੇ ਕੋਲ।
ਗਹਿਰ ਗੰਭੀਰ ਨੇ ਤੇਰੇ ਬੋਲ।
ਵਕਤ ਕੱਢਿਆ ਪਿਆਰ ਵੀ ਕੀਤਾ,
ਪਰ ਕਲਮਾਂ ਆਦਤ ਨਹੀਂ ਛੱਡੀ।
ਕਿੰਨਾ ਕੁ ਅੰਧਕਾਰ ਤੂੰ ਢੋਂਹਵੇਂ,
ਮੂਲ ਪਛਾਣੇ ਕਿਹੜਾ ਇਥੇ?
ਕਿਹੜਾ ਬੇਰੁਜ਼ਗਾਰੀ ਝੱਲੇ।
ਬਾਪੂ ਦੇ ਖੇਤ ਵੀ ਵਿਕ ਗਏ,
ਖੇਤੀ ਕੁਝ ਨਹੀਂ ਪਾਉਂਦੀ ਪੱਲੇ।
ਖੁਦਕੁਸ਼ੀਆਂ, ਤੂੰ ਕੀ ਖੱਟੇਂਗਾ,
ਸੰਭਲ! ਵਕਤ ਹੈ ਚੱਲਣਹਾਰਾ।
ਜੁੱਗ ਹੰਢਾਇਆ ਰਲਕੇ ਆਪਾਂ,
ਸਿੱਦਕ ਤੇਰਾ ਮੋਢੇ ਨਈਂ ਥੱਕੇ।
ਲੋਕਾਂ ਦੇ ਦੁਖ ਦਰਦ ਢੋਂਹਦਿਆਂ,
ਨਾ ਅੱਕੇ, ਨਾ ਹੀ ਥੱਕੇ।
ਕਰਜ਼ੇ ਦੀਆਂ ਪੰਡਾਂ ਨੇ ਆਖਰ
ਬੋਝਲ ਹੋਈਆਂ।
ਕੋਈ ਨਵਿਰਤੀ, ਨਾ ਕੋਈ ਮੁਆਫ਼ੀ।
ਲਿਖ ਲਿਖ ਤੇਰੀ ਕਲਮ ਸਰਾਪੀ।
ਹੁਣ ਤਾਂ ਤੇਰੇ ਬਾਝੋਂ ਅੜਿਆ,
ਰੂਹ ਰਹਿੰਦੀ ਹੈ ਸਦਾ ਪਿਆਸੀ।
ਫੇਰ ਵੀ ਵਕਤ ਨਹੀਂ ਤੇਰੇ ਕੋਲ

ਮੈਂ ਸੱਚੀ ਹਾਂ ਤੂੰ ਵੀ ਸੱਚਾ,
ਕਿਵੇਂ ਦੱਸਾਂ ਮੈਂ ਕਿੰਝ ਸਮਝਾਵਾਂ।
ਮਾਵਾਂ ਵਿਲਕ ਰਹੀਆਂ, ਪੁੱਤ ਕਰਨ ਖੁਦਕਸ਼ੀ
ਅਰਥਚਾਰਾ, ਅੱਜ ਡੋਲ ਗਿਆ ਹੈ।
ਭੈੜੀ ਡਰੱਗ ਦੀ ਮਾਰ ਇਹ ਚੰਦਰੀ।
ਹੋਟਲ ਕਾਲਜ, ਹਰ ਥਾਂ ਹੀ ਮਹਿਕ ਖਿਲਾਰੇ।
ਵੇਚ ਦਿੱਤੀ ਪੰਜਾਬ ਦੀ ਹੋਣੀ
ਦੋਸ਼ੀ ਕੋਈ ਨਹੀਂ ਮੰਨਦਾ ਇੱਥੇ
ਸੰਭਲ ਅਜੇ ਵੀ ਸੰਭਲੇਗਾ ਤਾਂ,
ਪਸਰੀ ਧੁੰਦ ਵੀ ਸਾਫ ਹੋ ਜਾਣੀ।
'ਮੰਡੇਰ' ਕਲਮ ਦੀ ਕੁੱਖੋਂ ਸੱਜਣੀ,
ਚੜ੍ਹਦੇ ਦੀ ਲਾਲੀ ਛਾਅ ਜਾਣੀ।

ਅੱਤਵਾਦ

ਅੱਤਵਾਦ ਹੈ ਬੜਾ ਭਿਆਨਕ, ਲੱਭਦੀ ਕੋਈ ਨਿਸ਼ਾਨੀ ਨਹੀਂ।
ਬੰਬ ਪਤਾ ਨਹੀਂ ਕਿਥੇ ਚੱਲਜੇ, ਜਾਂਦੀ ਸ਼ਕਲ ਪਿਛਾਣੀ ਨਹੀਂ।

ਈਰਖਾ ਬੰਦੇ ਦੀ ਫਿਤਰਤ ਹੈ, ਪਾੜੇ ਏਹੋ ਪਾਉਂਦੀ ਰਹਿੰਦੀ।
ਕੌਣ ਅਮੀਰੀ ਕਿਸੇ ਦੀ ਝੱਲੇ, ਥਾਂ-ਥਾਂ ਅੱਗਾਂ ਲਾਉਂਦੀ ਰਹਿੰਦੀ।
ਚੌਧਰਦਾਰੀ ਕੋਈ ਨਾ ਝੱਲੇ, ਨਾ ਕੋਈ ਅਦਬ ਨਾਲ ਸਤਿਕਾਰੇ।
ਅੱਤਵਾਦ ਦੀ ਇਸ ਅਗਨੀ ਵਿੱਚ ਝੁਲਸੇ ਜਾਂਦੇ ਕਈ ਵਿਚਾਰੇ।
ਅੱਤਵਾਦ ਪੈਦਾ ਕਿਉਂ ਹੋਇਆ, ਪਹਿਲਾਂ ਰਮਜ਼ ਪਹਿਚਾਣੀ ਨੀ।
ਬੰਬ ਪਤਾ ਨਹੀਂ ਕਿੱਥੇ ਚੱਲਜੇ............................

ਭਰ ਜੋਬਨ ਤੇ ਆਇਆ ਹੁਣ ਹੈ, ਕਰਦੇ ਕਿਵੇਂ ਤਬਾਹੀਆਂ ਯਾਰੋ।
ਮਨੁੱਖਤਾ ਦਾ ਖ਼ੂਨ ਡੋਲ੍ਹਕੇ, ਕਰਦਾ ਹੈ ਮਨ ਆਈਆਂ ਯਾਰੋ।
ਉਂਜ ਤਾਂ ਰੱਬ ਦੇ ਹਾਂ ਸ਼ਰਧਾਲੂ, ਰੋਜ਼ ਦੁਆਵਾਂ ਮੰਗਦੇ ਹਾਂ।
ਗੁਆਂਢੀ ਨੂੰ ਅਸੀਂ ਜਰ ਨਹੀਂ ਸਕਦੇ, ਸੱਪ ਵਾਂਗਰ ਪਏ ਡੰਗਦੇ ਹਾਂ।
ਪਹਿਰੇਦਾਰ ਹੀ ਲੁੱਟ ਰਹੇ ਜਦ, ਹੁਣ ਕੋਈ ਨਵੀਂ ਕਹਾਣੀ ਨਹੀਂ।
ਬੰਬ ਪਤਾ ਨਹੀਂ ਕਿੱਥੇ ਚੱਲਜੇ,...............................

ਤਾੜੀ ਦੋ ਹੱਥਾਂ ਨਾਲ ਵੱਜੀ, ਇੱਕ ਹੱਥ ਗੱਲ ਬਣਾਉਂਦਾ ਨਹੀਂ।
ਮੀਡੀਆ ਵੀ ਜਦ ਵਿਕਣ ਲੱਗ ਪਏ, ਝੂਠਾ ਸੱਚ ਸਹਾਉਂਦਾ ਨਹੀਂ।
ਰੱਬ ਵੀ ਦੂਰ ਹੈ ਭੱਜ ਖਲੋਂਦਾ, ਨੇੜੇ ਢੁੱਕਿਆ ਘਸੁੰਨ ਡਰਾਵੇ।
ਬੇਸਹੂਰਾ ਅੱਤਵਾਦ ਇਹ, ਕਿਸੇ ਤਾਂ ਰਸਤਿਉਂ ਹੋ ਕੇ ਆਵੇ।
ਸਾਜ਼ਿਸ਼ ਘਾੜੇ ਲੱਭ ਲੈਣੇ ਹਨ, ਹੋਣੀ ਛੁਪ ਛਪਾਣੀ ਨਹੀਂ।
ਬੰਬ ਪਤਾ ਨਹੀਂ ਕਿੱਥੇ ਚੱਲਜੇ..........................

ਧੜੇਬੰਦੀਆਂ ਭਾਰੂ ਹੋਈਆਂ, ਪਾਣੀ ਡਾਂਗਾਂ ਵੱਜਦੀਆਂ ਪਈਆਂ।
ਬੁੱਧੀਜੀਵੀ ਸਭ ਸੋਚ ਰਹੇ ਨੇ, ਸੱਚ ਨੂੰ ਐਵੇਂ ਠੱਗਦੀਆਂ ਪਈਆਂ।
ਝੂਠ ਨੂੰ ਝੂਠ ਕਹਿਣ ਦੀ ਹਿੰਮਤ, ਕੌਣ ਜੋ ਬੋਲ ਸੁਣਾਵੇ ਹੁਣ।
ਖਿੱਲਰ ਗਏ ਰਾਹਾਂ ਵਿੱਚ ਕੰਡੇ, ਕਿਹੜਾ ਹੱਥ ਪੜਵਾਵੇ ਹੁਣ।
'ਮੰਡੇਰ' ਫਿਜ਼ਾ ਕਿਵੇਂ ਚਾਨਣ ਪਸਰੂ, ਸੂਰਜ ਕਿਰਨ ਜੇ ਆਣੀ ਨਹੀਂ।
ਬੰਬ ਪਤਾ ਨਹੀਂ ਕਿਥੇ ਚੱਲਜੇ, ਜਾਂਦੀ ਸ਼ਕਲ ਪਹਿਚਾਣੀ ਨਹੀਂ।

ਨੀ ਮੇਰੀ ਪਤਨੀਏ

ਨੀ ਮੇਰੀ ਪਤਨੀਏ,
ਪਰਤ ਕੇ ਪਾਸਾ ਫੇਰ ਪੁੱਛੇਂਗੀ,
ਹੰਝੂਆਂ ਦਾ ਖਾਰਾ ਪਾਣੀ,
ਤੂੰ ਬੁੱਕਲ ਵਿੱਚ ਲਕੋ ਕੇ ਆਖੇਂ,
ਸੌਂ ਵੀ ਜਾਵੋ।
ਰਾਤੀਂ ਸੂਰਜ ਧੁੱਪਾਂ ਤੱਕਦੇ,
ਤੁਸੀਂ ਨਹੀਂ ਅੱਕਦੇ।
ਬਸ ਕਰੋ ਹੁਣ।
ਰਾਤ ਲੰਬੀ ਹੋ ਗਈ,
ਸੂਰਜ ਪਤਾ ਨਹੀਂ, ਤਿਲਕ ਗਿਆ ਹੈ,
ਗੋਤਾ ਖਾ ਕੇ।
ਇਥੇ ਆਪਣੀ ਬਾਤ ਮੁਕਾ ਕੇ।
ਚਾਨਣ ਦਾ ਇਸ ਪੱਲਾ ਫੜਨਾ,
ਕਿੱਧਰੇ ਹੋਰ ਕੂੰਟ ਵਿੱਚ ਜਾ ਕੇ।
ਦਾਜ ਦਹੇਜ ਵੀ ਨੰਗਾ ਚਿੱਟਾ,
ਦਿਨੇ ਅਨ੍ਹੇਰਾ ਸੇਕਣ ਧੀਆਂ,
ਧੀ ਦਾ ਮੁੱਲ ਚੰਦ ਛਿੱਲੜ ਜੋਖਣ,
ਜੰਮਣਹਾਰੀ ਬੇ-ਬੱਸ ਹੋਵੇ।
ਮਾਨਵਤਾ ਵੀ ਘੁੰਡ ਪਈ ਕੱਢੇ,
ਬਾਬਲ ਦੇ ਵਿਹੜੇ, ਧੀ ਰੋਵ੍ਹੇ।
ਨੀ ਮੇਰੀ ਪਤਨੀਏ, ਹੈ ਦੂਰ ਕਿਉਂ ਹੋਇਆ,
ਉਹ ਪਹਿਰ ਕਿੱਥੇ ਹੈ, ਜਿੱਥੇ ਸੱਚ ਦਾ ਵਾਸਾ।
ਹੈ ਰਾਤ ਲੰਮੇਰੀ ਬੱਸ ਕੂੜ ਦਾ ਪਹਿਰਾ,
ਹੋਈ ਰੱਬ ਤੋਂ ਮੁਨਕਰ ਨਾ ਲੈਂਦੀ ਪਾਸਾ।

ਬ੍ਰਹਿਮੰਡ ਥੀਂ ਨਾਪਣ ਤੋਲਣ ਉਂਜ ਤੁਰ ਪਏ,
ਖੋਜ ਅਕਾਸ਼ ਪਤਾਲੀਂ ਪਹੁੰਚੀ,
ਥਾ ਅਥਾਹ ਭਵ ਸਾਗਰ ਗਹਿਰਾ।
ਕਿਣਕਾ-ਤਿਣਕਾ ਵਜੂਦ ਹੈ ਆਖਰ,
ਰੱਬ ਦੀ ਹੋਂਦ ਹੈ ਕਿਸਦਾ ਪਹਿਰਾ।
ਸੈਟੇਲਾਈਟ ਨਵੀਨ ਯੰਤਰਾਂ, ਧਰਤ ਸੁਹਾਵੀ,
ਜਹਿਰਾ ਮਾਰੀ
ਦੂਰ ਅਕਾਸੀ ਪੰਧ ਲੰਮੇਰੇ, ਗਿਰਝਾਂ ਲੰਬੀ ਭਰੀ ਉਡਾਰੀ।
ਕਿੱਕਰਾਂ ਬੀਜ ਕੇ ਦਾਖਾਂ ਲੱਭਦਾ
ਜੋ ਬੀਜਿਆ ਸੋਈ ਘਰ ਆਵੇ।
ਪਾਣੀ, ਖਾਦ ਪਦਾਰਥਾਂ, ਸਭ ਨੂੰ,
ਪ੍ਰਦੂਸ਼ਣ ਰੂਪੀ ਦੈਂਤ ਡਰਾਵੇ।
ਜਨਮ ਜਨਮ ਦੇ ਲੇਖੇ ਇਥੇ,
ਕਈ ਵਾਰ ਤੈਂ ਮਮਤਾ ਬੀਜੀ,
ਮਾਂ ਬਣਕੇ ਹੈ ਦਰਦ ਹੰਢਾਇਆ।
ਕਿਸੇ ਜਨਮ ਦਾ ਇਹ ਵੀ ਟੂਣਾ,
ਪਤੀ ਹੈ ਬਣਕੇ ਰੂਪ ਵਟਾਇਆ।
ਨੀ ਮੇਰੀ ਪਤਨੀਏ ਹੁਣ ਕਹਿ ਨਹੀਂ ਹੁੰਦਾ,
ਆਪਾਂ ਕੀ ਲੈਣਾ।
ਮਾਣਸ ਰੂਪੀ, ਕਿਉਂ ਜਨਮ ਹੰਢਾਈਏ?
'ਮੰਡੇਰ' ਦਿਨਾਂ ਨੇ ਰੋਜ਼ ਹੈ ਚੜ੍ਹਨਾ,
ਕਰਮ ਸਹੁੰਦੜਾ ਕਰ ਕੋਈ ਜਾਈਏ।

ਜੱਗ ਜਿਉਂਦਿਆਂ ਦੇ ਮੇਲੇ

ਫੜੀ ਫਲਾਈਟ ਵਤਨ ਵੱਲ ਚੱਲੇ, ਵਿਉਂਤਾਂ ਕਈ ਬਣਾਈਆਂ ਨੇ।
ਕਈ ਰਹਿੰਦੇ ਜੋ ਕੰਮ ਕਰ ਆਈਏ, ਸੱਧਰਾਂ ਮਨ ਵਿੱਚ ਆਈਆਂ ਨੇ।

ਮਿਲ ਵੀ ਜਾਣਗੇ ਸੱਜਣ ਮਿੱਤਰ, ਤੁਰ ਜਾਣੇ ਕਈ ਬੇਲੀ ਯਾਰੋ।
ਪਿੰਡ ਦੀਆਂ ਸੱਥਾਂ ਯਾਦ ਕਰਨਗੀਆਂ, ਬਣਜੂ ਇਕ ਪਹੇਲੀ ਯਾਰੋ।

ਘਰ ਪਹੁੰਚਦਿਆਂ ਗੁਆਂਢੀ ਨੇ ਦੱਸਿਆ, ਨੰਬਰਦਾਰ ਚਤਰਾਈਆਂ ਕਰਦਾ,
ਸਾਂਝੀ ਵੱਟ ਉਹ ਤੇਰੀ ਵਾਹਕੇ, ਆਪਣੇ ਵੱਲ ਨੂੰ ਜਾਂਦਾ ਕਰਦਾ।

ਪੁੱਛ ਪੁਛਾ ਇਕ ਹੋਰ ਸੱਜਣ ਨੇ, ਖੋਲ੍ਹੀ ਟੇਪ ਪਿਆਰੀ ਆਕੇ।
ਆਪਣੇ ਮੂਹਰੇ ਸ਼ਾਮਲਾਟ ਜੋ, ਸਰਪੰਚ ਰੋਕ ਗਿਆ ਕੰਧ ਬਣਾਕੇ।

ਭਾਈ ਕੈਨੇਡਾ ਵਾਲਿਆ ਕਾਕਾ, ਚੰਗਾ ਮਾਰ ਲਿਆ ਤੈਂ ਗੇੜਾ।
ਮੇਰੀ ਵੀ ਗੱਲ ਸੁਣਦਾ ਜਾਵੀਂ, ਕੰਨ ਕਰੀਂ ਤੂੰ ਬੱਗਿਆ ਸ਼ੇਰਾ।

ਭਾਈ ਤੇਰਾ ਜੋ ਠੇਕਾ ਲੈਂਦਾ, ਅੱਧੋ ਸੁਦੀ ਹੈ ਖਾ ਉਹ ਜਾਂਦਾ।
ਥੋੜ੍ਹਾ ਬਹੁਤਾ ਛੱਡ ਕੇ ਮੈਨੂੰ, ਉਤੋਂ ਉੱਤੇ ਫਿਰੇ ਵਿਰਾਂਦਾ।

ਚੰਗੀ ਕੁੜੀ ਦੁੱਬਰਜੀ ਵਾਲੀ, ਸਾਫ ਸਫਾਈਆਂ ਕਰ ਜਾਂਦੀ ਹੈ।
ਭੈਣ ਤਾਂ ਭਾਈ ਭੈਣ ਹੁੰਦੀ ਹੈ, ਸਹੁਰੀਂ ਕੋਠੀ ਤੇ ਅੱਖ ਧਰ ਜਾਂਦੀ ਹੈ।

ਸ਼ਰੀਕ ਵੀ ਆਖਰ ਸ਼ਰੀਕ ਹੁੰਦੇ ਨੇ, ਉਂਜ ਮੈਂ ਕੀ ਹੈ ਲੈਣਾ ਭਾਈ।
ਪਰ ਜ਼ਮੀਨ ਆਪ ਤੂੰ ਕਾਕਾ, ਠੇਕੇ ਤੇ ਚਾਹੇ ਦੇ ਵਟਾਈ।

ਬਿਰਜੂ ਵੀ ਭੱਜਿਆ ਹੈ ਆਇਆ, ਕਿਵੇਂ ਪਹੁੰਚਿਆ ਘਰ ਤੂੰ ਬਾਈ।
ਹਰਿਆਣੇ ਵਿੱਚ ਮਾੜੀ ਹੈ ਹੋਈ, ਸ਼ੁਕਰ ਹੈ ਮਿੱਤਰਾ ਜਾਨ ਬਚਾਈ।

ਦੇਸ਼ ਕੈਨੇਡਾ ਤੇਰਾ ਈ ਚੰਗਾ, ਇੱਥੇ ਤਾਂ ਸਭ ਘਾਲ੍ਹਾ-ਮਾਲ੍ਹਾ।
ਕੰਮ ਕਾਰ ਦੀ ਕਦਰ ਨੀ ਇੱਥੇ, ਚਮਚੇ-ਬਾਜ਼ ਹੈ ਬੜਾ ਸੁਖਾਲਾ।

ਮੁਫਤ ਇਲਾਜ ਵੀ ਹੁੰਦਾ ਕਹਿੰਦੇ, ਢਿੱਲਾ ਮੱਠਾ ਹੋ ਕੋਈ ਜਾਵੇ।
ਮਿੰਟਾਂ ਵਿੱਚ ਐਂਬੂਲੈਂਸ ਪਹੁੰਚਦੀ, ਚੱਕ ਕੇ ਹਸਪਤਾਲ ਲੈ ਜਾਵੇ।

ਉਂਜ ਐਂਬੂਲੈਂਸ ਖੜ੍ਹੀ ਇੱਥੇ ਵੀ, ਮਾਂ ਦਾ ਪੁੱਤ ਹਿਲਾਵੇ ਕਿਹੜਾ।
ਡਰਾਈਵਰ ਸਮੋਸੇ ਖਾਂਦਾ ਫਿਰਦਾ, ਨਿੱਕਲ ਗਿਆ ਕਿਤੇ ਲੰਬਾ ਗੇੜਾ।

ਕਿੱਥੋਂ ਆਇਐਂ ਜੇ ਕੋਈ ਪੁੱਛੇ, ਕਹਿੰਦਾ ਕਿਥੋਂ ਤੇਲ ਭਰਾਵਾਂ।
ਏਨੇ ਕਿਹੜੇ ਛਾਵੇਂ ਮਿਲਦੇ, ਆਪਣੀ ਜੇਬ 'ਚੋਂ ਕਿਥੋਂ ਲਾਵਾਂ।

ਡਿਗਰੀਆਂ ਕਰਕੇ ਵਿਹਲੇ ਫਿਰਦੇ, ਅਨਪੜ੍ਹ ਨੂੰ ਪੁੱਛਦਾ ਹੈ ਕਿਹੜਾ।
ਸਰਪੰਚ ਆਥਣੇ ਬੋਤਲ ਦਿੰਦਾ, ਰੈਲੀ ਵਿੱਚ ਲਾ ਆਉਂਦੇ ਗੇੜਾ।

ਐਤਕਾਂ ਚੋਣਾਂ ਵੇਲੇ ਦੇਖੋ, ਵੋਟ ਦਾ ਮੁੱਲ ਵੀ ਪਊ ਵਧੇਰਾ,
ਆਟਾ, ਦਾਲ ਤੇ ਭਾਂਡੇ ਮਿਲਣੇ, ਫੇਰ ਵੀ ਪਤਾ ਨੀ ਜਿੱਤੂ ਕਿਹੜਾ।

ਹੋਰ ਕੀ ਦੱਸਣਾ ਢਕੀ ਰਹਿਣ ਦੇ, ਲੰਘ ਗਏ, ਉਹ ਵੀ ਵਕਤ ਸੁਹੇਲੇ,
'ਮੰਡੇਰ' ਗੇੜਾ ਯਾਰਾ ਮਾਰ ਲਿਆ ਕਰ, ਜੱਗ ਜਿਉਂਦਿਆਂ ਦੇ ਹੁੰਦੇ ਮੇਲੇ।

ਹੌਲੀ ਹੌਲੀ ਰਾਤ ਸਰਕਦੀ

ਬਿਨਾਂ ਇੱਛਾਵਾਂ ਵਿਹੜਾ ਸੁੰਨਾ, ਨਹੀਂ ਤਾਂ ਜ਼ਿੰਦਗੀ ਮਾਰ ਜਾਂਦੀ।
ਹੌਲੀ-ਹੌਲੀ ਰਾਤ ਸਰਕਦੀ, ਚਾਨਣ ਦੀ ਛਿੱਟ ਧਰ ਜਾਂਦੀ।

ਕਿਉਂ ਤੂੰ ਡੋਲ ਗਿਆ ਹੈਂ ਐਵੇਂ, ਔਹ ਤੇ ਆਹ ਵਿੱਚ ਫਰਕ ਨਹੀਂ,
ਤੇਰੇ ਨਾਲ ਖੁਦਾ ਰੁੱਸ ਚਲਿਆ, ਇਹ ਗੱਲਾਂ ਵਿੱਚ ਤਰਕ ਨਹੀਂ।
ਐਵੇਂ ਸੋਚੇ ਕਿਸਮਤ ਤੇਰਾ, ਪਾਸਾ ਪੁੱਠਾ ਕਰ ਜਾਂਦੀ।
ਹੌਲੀ-ਹੌਲੀ ਰਾਤ ਸਰਕਦੀ.........................

ਜਿਨ੍ਹਾਂ ਜੀਵਨ ਨੇੜਿਉਂ ਤੱਕਿਆ, ਕਰ ਲਿਆ ਦੂਰ ਹਨੇਰਾ ਹੈ।
ਹੱਥ ਤੇ ਹੱਥ ਧਰ ਬੈਠੇਂਗਾ ਜੇ, ਲੱਭਣਾ ਕਦੋਂ ਸਵੇਰਾ ਹੈ।
ਪ੍ਰੀਤ ਪਰਾਈ ਆਸ ਬਿਗਾਨੀ, ਜੀਵਨ ਥੋਥਾ ਕਰ ਜਾਂਦੀ।
ਹੌਲੀ-ਹੌਲੀ ਰਾਤ ਸਰਕਦੀ...........................

ਲੋਕ ਲਹਿਰ ਬਣ ਜਾਂਦੀ ਜਦ ਵੀ, ਕਰਦੀ ਦੂਰ ਹਨੇਰਿਆਂ ਤਾਈਂ।
ਹੰਕਾਰ ਕਦੇ ਫੇਰ ਰੋਕ ਨਹੀਂ ਸਕਦਾ, ਚੜ੍ਹਦੇ ਹੋਏ ਸਵੇਰਿਆਂ ਤਾਈਂ।
ਚੜ੍ਹਦੇ ਸੂਰਜ ਦੀ ਲਾਲੀ ਫਿਰ ਦਿਨ ਦੇ ਮੱਥੇ ਧਰ ਜਾਂਦੀ।
ਹੌਲੀ-ਹੌਲੀ ਰਾਤ ਸਰਕਦੀ...........................

ਜ਼ੁਲਮੀ ਏਸ ਹਨੇਰੀ ਪਹਿਲਾਂ, ਇਤਿਹਾਸ ਕਈ ਦੁਹਰਾਏ ਨੇ।
ਲੋਕਾਂ ਦੀ ਇਸ ਸ਼ਕਤੀ ਰਲਕੇ, ਇਨਕਲਾਬ ਰੁਸ਼ਨਾਏ ਨੇ।
'ਮੰਡੇਰ' ਜੋਸ਼ ਨਾਲ ਹੋਸ਼ ਨਾ ਰੱਖੀਂ, ਜਿੱਤੀ ਬਾਜ਼ੀ ਹਰ ਜਾਂਦੀ।
ਹੌਲੀ-ਹੌਲੀ ਰਾਤ ਸਰਕਦੀ...............................

ਮੈਨੂੰ ਰੰਗ ਦੇ

ਮੈਨੂੰ ਰੰਗ ਦੇ ਮੇਰੇ ਸਾਈਆਂ,
ਕਿਉਂ ਹੋਰ ਕਿਤੇ ਜਾ ਲਾਈਆਂ।
ਸਾਡੇ ਆ ਕੇ ਫੇਰਾ ਪਾ ਜਾਂਦਾ,
ਸਾਡਾ ਵੀ ਦਿਲ ਪਰਚਾਅ ਜਾਂਦਾ।
ਕਿਉਂ ਅੱਖੀਆਂ ਨੇ ਤਰਸਾਈਆਂ?
ਮੈਨੂੰ ਰੰਗ ਦੇ ਮੇਰੇ ਸਾਈਆਂ।

ਜੇ ਤੂੰ ਮਿੱਤਰ ਅਸਾਡਾ ਹੋਵੇਂ।
ਸਾਡੇ ਵਿਹੜੇ ਆਣ ਖਲੋਵੇਂ।
ਛੱਤਾਂ ਪਾੜ ਤੂੰ ਦੇ-ਦੇ ਥੱਕਿਆ।
ਸਾਡੇ ਵੱਲ ਕਦੇ ਨਾ ਤੱਕਿਆ।
ਇੰਦਾਂ ਪੁਗਣੀਆਂ ਨਹੀਂ ਚਤਰਾਈਆਂ
ਮੈਨੂੰ ਰੰਗ ਦੇ........................

ਜਿੰਦ ਵਾਂਗ ਫਕੀਰਾਂ ਹੋਈ।
ਮੂੰਹ ਉਪਰ ਕਰ ਕਰ ਰੋਈ।
ਕਦੇ ਆ ਕੇ ਫੇਰਾ ਪਾ ਜਾ।
ਏਹ ਮਨ ਦੀ ਪਿਆਸ ਬੁਝਾ ਜਾ।
ਅਸੀਂ ਫਿਰਦੇ ਵਾਂਗ ਸ਼ੁਦਾਈਆਂ
ਮੈਨੂੰ ਰੰਗ.....................

ਇਹ ਕਈ ਜਨਮਾਂ ਦਾ ਸਾਇਆ।
ਅਸੀਂ ਲੇਖੇ ਤੇਰੇ ਲਾਇਆ।
ਹੁਣ ਆਵੀਂ ਜਾਂ ਨਾ ਆਵੀਂ।
ਮੇਹਣੇ ਜੱਗ ਦੇ ਸੁਣਦਾ ਜਾਵੀਂ।
'ਮੰਡੇਰ' ਦਿਲ ਦੀਆਂ ਆਖ ਸੁਣਾਈਆਂ।
ਮੈਨੂੰ ਰੰਗ ਦੇ ਮੇਰੇ ਸਾਈਆਂ।
ਕਿਉਂ ਹੋਰ ਕਿਤੇ ਜਾ ਲਾਈਆਂ।

.ਗਜ਼ਲ

ਦੋ ਆਰ ਦੀਆਂ, ਦੋ ਪਾਰ ਦੀਆਂ।
ਗੱਲਾਂ ਨੇ ਕਈ ਵਿਹਾਰ ਦੀਆਂ।

ਜਦ ਮੌਕਾ ਮੇਲ ਹੀ ਬਣ ਜਾਵੇ,
ਫੇਰ ਕੀਮਤਾਂ ਚੜ੍ਹਨ ਬਜ਼ਾਰ ਦੀਆਂ।

ਮਹਿੰਗਾਈ ਚਾਰੇ ਬੰਨੇ ਹੈ,
ਇਹ ਜੁਗਤਾਂ ਵੀ ਵਿਉਪਾਰ ਦੀਆਂ।

ਮਾਇਆ ਨਾਲ ਗੱਦੀ ਬਖਸ਼ੇਂ ਤੂੰ,
ਫੇਰ ਗੱਲਾਂ ਕਿਉਂ ਤਕਰਾਰ ਦੀਆਂ।

ਅਜੇ ਵਕਤ ਫੇਰ ਵੀ ਆਵੇਗਾ,
ਹੁਣ ਸੋਚ ਨਾ ਇਕੋ ਵਾਰ ਦੀਆਂ।

ਉਂਜ ਛੋਟਾ ਬਹੁਤ ਕਿਸਾਨੀ ਨੂੰ,
ਕਿਉਂ ਖੁਦਕੁਸ਼ੀਆਂ ਨਿੱਤ ਮਾਰਦੀਆਂ।

ਚੱਕਰ ਦਰ ਚੱਕਰ ਦੇਸ਼ਾਂ ਦੇ,
ਹੁੰਦੀਆਂ ਡਿਊਟੀਆਂ ਜ਼ੁੰਮੇਵਾਰ ਦੀਆਂ।

ਭਾਰਤ ਹੀ ਆਪਣਾ ਭਾਰਤ ਹੈ,
ਹੁਣ ਗੱਲਾਂ ਕਰੋ ਪਿਆਰ ਦੀਆਂ।

ਕਿਵੇਂ ਯੋਗ ਕਰੇਂਗਾ ਉਠਕੇ ਤੂੰ,
ਦਿਹਾੜੀਆਂ ਵੀ ਹਾਕਾਂ ਮਾਰਦੀਆਂ।

ਸਵੱਛ ਭਾਰਤ ਮਨ ਵੀ ਸਾਫ ਕਰੋ,
ਇਸ ਬਹੁਰੰਗੇ ਪਰਿਵਾਰ ਦੀਆਂ।

ਕਾਲਾ ਧਨ ਉਡੀਕਦੀਆਂ ਪਾਸ ਬੁੱਕਾਂ,
ਤਾਹਨੇ ਬੈਂਕਾਂ ਨੂੰ ਕਿਉਂ ਮਾਰਦੀਆਂ।

'ਮੰਡੇਰ' ਭਲੇ ਦਿਨਾਂ ਕਹਿੰਦੇ ਆਉਣਾ ਹੈ,
ਗੱਲਾਂ ਸੌ 'ਚੋਂ ਨੇ ਇਕ ਵਾਰ ਦੀਆਂ।

ਪ੍ਰਯੋਗਸ਼ਾਲਾ

ਰਾਜਨੀਤੀ ਪ੍ਰਯੋਗਸ਼ਾਲਾ ਵੀ,
ਨਵੇਂ ਸਮੀਕਰਣ ਤੇ ਚੁਸਤ ਚਲਾਕੀ।
ਵਿੰਗੇ ਟੇਢੇ ਢੰਗ ਅਪਣਾਕੇ,
ਆਪਣਿਆਂ ਨੂੰ ਅੱਗੇ ਲਿਆਉਣਾ,
ਔਖੀ ਪਾਰ ਹੁੰਦੀ ਇਹ ਘਾਟੀ।
ਕਈ ਸਾਥੀ ਜੋ ਦਮ ਭਰਦੇ ਸਨ,
ਰਹਿ ਗਿਆ ਅੱਜ ਕਿਹੜਾ ਟਕਸਾਲੀ
ਲੰਮਾ ਸਫ਼ਰ ਹੈ ਰਾਜਨੀਤੀ ਇਹ,
ਡਗਰ ਦੀ ਮੰਜ਼ਿਲ ਬਹੁਤ ਹੈ ਲੰਬੀ,
ਰਾਜਨੀਤੀ ਇੱਕ ਖੇਡ ਨਿਰਾਲੀ।
ਸਭ ਲੱਥ ਗਏ, ਜਾ ਲਾਹ ਦਿੱਤੇ ਜੋ,
ਕੁਰਸੀ ਖਾਤਰ, ਆਪਣਿਆਂ ਖਾਤਰ।
ਇਹ ਖੇਡ ਸਫਲ ਹੋ ਜਾਂਦੀ,
ਰਹਿੰਦਾ ਨਾ ਫਿਰ ਕੋਈ ਡਰ।
ਕੁਤਰ ਜਾਂਦੇ ਨੇ ਸਾਰੇ ਪਰ।
ਆਮ ਆਦਮੀ, ਖਾਸਮ ਖਾਸ ਹੈ
ਜਜ਼ਬਾਤਾਂ ਦੀ ਰਾਜਨੀਤੀ ਨਹੀਂ,
ਸੁੱਤੇ ਪਏ ਜਗਾ ਤੇ ਸਾਰੇ
ਸ਼ਾਇਦ ਢੋਲ ਤੇ ਡੱਗਾ ਵੱਜ ਜੇ,
ਪਰੌੜ ਨੀਤੀਵਾਨ ਸੋਚਣ ਸਾਰੇ
11 ਨੂੰ ਕਈ ਬੁਰਜ ਢਹਿ ਜਾਣੇ
'ਮੰਡੇਰ' ਇਹ ਪ੍ਰਯੋਗਸ਼ਾਲਾ ਨੇ ਲੱਗਦੈ,
ਨਵੇਂ ਹੀ ਕੋਈ ਰਾਹ ਦਿਖਾਣੇ।

ਰੁਬਾਈਆਂ

(1)
ਜੀਵਨ ਦਾ ਦਸਤੂਰ ਏਹੋ ਹੀ, ਜੰਮਣਾ ਫੌਤ ਹੋ ਜਾਣਾ ਹੈ।
ਲੁਕ ਨਹੀਂ ਹੋਣਾ ਤੈਥੋਂ ਬੰਦਿਆ, ਜਮ੍ਹਾਂ ਨੇ ਘੇਰਾ ਪਾਣਾ ਹੈ।
ਚੰਗੇ ਕੰਮੀ ਉਸਤਤ ਹੁੰਦੀ, ਲੋਕੀ ਨੇ ਗੱਲਾਂ ਪਏ ਕਰਦੇ,
ਪਿਆਰੀ ਜੋਤ ਜਗਾ ਕੇ ਰੱਖੀਏ, ਤੁਰ ਮੰਡੇਰ ਸਭ ਜਾਣਾ ਹੈ।

(2)
ਜਦੋਂ ਬਾਗ ਦਾ ਮਾਲੀ ਤੁਰਜੇ, ਫੁੱਲ ਭਾਵੇਂ ਮੁਰਝਾ ਜਾਂਦੇ ਨੇ।
ਚਲੋ ਚਲੀ ਹੈ ਜਗਤ ਰਵੀਰਾ, ਵਿਰਲੇ ਹੋਂਦ ਬਣਾ ਜਾਂਦੇ ਨੇ।
ਆਪਸ ਵਿੱਚ ਜੋ ਪਿਆਰ ਨੇ ਰੱਖਦੇ ਰੱਬ ਵੀ ਹਰਦਮ ਕੋਲ ਉਨ੍ਹਾਂ ਦੇ,
ਲੋਕ ਸੇਵਾ ਕਰ ਦੀਨ ਦੁਖੀ ਦੀ, ਮੰਡੇਰ ਉਹ ਦਰਦ ਘਟਾ ਜਾਂਦੇ ਨੇ।

(3)
ਮਾਂ ਮੇਰੀ ਨੇ ਸਭ ਤੋਂ ਪਹਿਲਾਂ ਪਿਆਰ ਦਾ ਪਾਠ ਪੜ੍ਹਾਇਆ ਜਿਸਨੇ।
ਚੁੱਕਕੇ ਸੀਨੇ ਲਾਕੇ ਆਪਣੇ, ਅੰਗ ਅੰਗ ਸੀ ਰੁਸ਼ਨਾਇਆ ਜਿਸਨੇ।
ਅਗਨੀਂ ਗਰਭ 'ਚ ਕਤਰਾ ਸੀ ਜੋ, ਆਸ ਉਮੰਗਾਂ ਮਮਤਾ ਮਾਰੀ
'ਮੰਡੇਰ' ਇਹ ਮਾਂ ਤੋਂ ਮੈਂ ਬਲਿਹਾਰੇ, ਜੱਗ ਦਾ ਦਰ ਦਿਖਲਾਇਆ ਜਿਸਨੇ।

(4)
ਕਦੇ ਕਦੇ ਰਾਹਾਂ ਦੇ ਕੰਡੇ, ਰਸਤਾ ਰੋਕ ਲੈਂਦੇ ਨੇ ਮੇਰਾ।
ਮੇਰੇ ਤੇ ਪਏ ਖਾਰ ਉਹ ਖਾਂਦੇ, ਕਿਵੇਂ ਫੜਨ ਦਾ ਕਰਨ ਉਹ ਜੇਰਾ।
ਬੁੱਲ੍ਹਾ ਮੁਰਸ਼ਦ ਰੱਬ ਸਾਈਂ ਦਾ, ਜਿਹਨੂੰ ਇਸ਼ਕ ਨਚਾਉਂਦਾ ਫਿਰਦਾ।
'ਮੰਡੇਰ' ਪਿਆਰ ਦੇ ਪੰਧ ਦੇ ਉਤੇ ਉਗ ਪੈਂਦਾ ਹੈ ਸਦਾ ਸਵੇਰਾ।

ਕਦੇ ਤੇ ਆਕੇ ਦਿਲਾ ਮੇਰਿਆ

ਕਦੇ ਤਾਂ ਆਕੇ ਦਿਲਾ ਮੇਰਿਆ, ਮੇਰਾ ਦਰਦ ਘਟਾ ਜਾਂਦਾ।
ਮੈਲੇ ਹੋਏ ਦਿਲ ਦੇ ਉੱਤੇ, ਆਕੇ ਵਟਣਾ ਲਾ ਜਾਂਦਾ।

ਪ੍ਰੀਤ ਮੇਰੀ ਅੱਜ ਤਰਸ ਦੀ ਪਾਤਰ, ਰੂਹ ਕਿਧਰੇ ਹੈ ਖੋ ਬੈਠੀ,
ਦੇਸ਼ਾਂ ਤੇ ਪਰਦੇਸਾਂ ਫਿਰਦੀ, ਸਭ ਕੁਝ ਆਪਣਾ ਛੋ ਬੈਠੀ।
ਭੁੱਲ ਭੁਲੇਖੇ ਪਿਆਰਾ ਨਗਮਾ ਆਕੇ ਤੂੰ ਹੀ ਗਾ ਜਾਂਦਾ,
ਕਦੇ ਤਾਂ ਆ ਕੇ ਦਿਲਾ ਮੇਰਿਆ, ਮੇਰਾ ਦਰਦ ਘਟਾ ਜਾਂਦਾ

ਕਿਵੇਂ ਏਸ ਤੇ ਪਹਿਰਾ ਰੱਖੀਏ, ਪ੍ਰੀਤ ਹੁੰਦੀ ਹੈ ਪਿਆਰਾਂ ਦੀ,
ਜਿਹੜਾ ਕਾਬਜ਼ ਪਹਿਰਾ ਰੱਖਦਾ, ਖੇਡ ਬਣੇ ਇਹ ਹਾਰਾਂ ਦੀ।
ਪਿਆਰੀ ਏਹ ਪਹਿਚਾਣ ਦਾ ਕਿਣਕਾ, ਝੋਲੀ ਸਾਡੀ ਪਾ ਜਾਂਦਾ,
ਕਦੇ ਤਾਂ ਆ ਕੇ ਦਿਲਾ ਮੇਰਿਆ, ਮੇਰਾ ਦਰਦ ਘਟਾ ਜਾਂਦਾ।

ਕਈ ਪਿਆਰੀਆਂ ਰੂਹਾਂ ਇੱਥੇ ਹਵਸ਼ ਬਿਗਾਨੀ ਬਣਦੀਆਂ ਨੇ।
ਬਣੇ ਪਸੰਦ ਕਾਤਲ ਉਨ੍ਹਾਂ ਦੀ, ਜ਼ੁਲਮ ਅੱਗੇ ਜੋ ਤਣਦੀਆਂ ਨੇ।
ਡੁੱਬਦੀ ਪਿਆਰ ਭਰੀ ਇਹ ਕਿਸ਼ਤੀ, ਹੈ ਕੋਈ ਬੰਨੇ ਲਾ ਜਾਂਦਾ
ਕਦੇ ਤਾਂ ਆ ਕੇ ਦਿਲਾ ਮੇਰਿਆ, ਮੇਰਾ ਦਰਦ ਘਟਾ ਜਾਂਦਾ।

ਔਰਤ ਮਮਤਾ ਦੀ ਵਰਸੋਈ, ਔਰਤ ਮਾਣ ਪਿਆਰਾਂ ਦਾ।
ਔਰਤ ਜੱਗ ਵਿਚ ਜਗਦਾ ਦੀਪਕ ਚਾਨਣ ਕਈ ਹਜ਼ਾਰਾਂ ਦਾ।
ਮਮਤਾ ਵਿਚ ਮੰਡੇਰ ਕੋਈ ਰੰਗਿਆ, ਹੈ ਜੋ ਅਲੱਖ ਜਗਾ ਜਾਂਦਾ
ਕਦੇ ਤਾਂ ਆਕੇ ਦਿਲਾ ਮੇਰਿਆ, ਮੇਰਾ ਦਰਦ ਮਿਟਾ ਜਾਂਦਾ
ਮੈਲੇ ਹੋਏ ਦਿਲ ਮੇਰੇ ਤੇ, ਆਕੇ ਵਟਣਾ ਲਾ ਜਾਂਦਾ।

.ਗ਼ਜ਼ਲ

ਆਮ ਆਦਮੀ ਲੋਕਾਂ ਦੇ ਵਿੱਚ ਰਹਿੰਦਾ ਹੈ।
ਭੁੱਲ ਜਾਵੇ ਜੋ ਲੋਕਾਂ ਨੂੰ ਦੁੱਖ ਸਹਿੰਦਾ ਹੈ।

ਭੂਤ ਹਉਮੈਂ ਦਾ ਜਦੋਂ ਬੰਦੇ ਨੂੰ ਚੜ੍ਹ ਜਾਵੇ,
ਵਿਰਲਾ ਹੀ ਕੋਈ ਨੀਵਾਂ ਹੋ ਕੇ ਰਹਿੰਦਾ ਹੈ।

ਐਵੇਂ ਨਹੀਂ ਹਜ਼ੂਰ ਸਾਡਾ ਸਿਰ ਝੁਕਦਾ ਹੈ,
ਮਤਲਬ ਖਾਤਰ ਸੌਦਾ ਨਹੀਂ ਕੋਈ ਮਹਿੰਗਾ ਹੈ।

ਲੋਕੀ ਤਾਂ ਹੁਣ ਨੱਚਣ ਲੱਗ ਪਏ ਉਂਗਲਾਂ ਤੇ,
ਇੰਟਰਨੈੱਟ ਹਰ ਖਬਰਸਾਰ ਟੋਹ ਲੈਂਦਾ ਹੈ।

ਮਿਹਰ ਕੌਰ ਜਦ ਸੱਚੀ ਬਾਣੀ ਕਹਿ ਦੇਵੇ,
ਝੂਠ ਫਰੇਬੀ ਉਸਲਵੱਟੇ ਲੈਂਦਾ ਹੈ।

ਮਹਿਲਾ ਦਿਵਸ ਤੇ ਮਾਂ ਦੇ ਹੰਝੂ ਛਲ੍ਹਕ ਪਏ।
ਧੀ ਦੀ ਹੋਣੀ ਦਾ ਦੁੱਖ ਸਹਿਣਾ ਪੈਂਦਾ ਹੈ।

ਅਕਾਸ਼ ਪਤਾਲ ਵੀ ਧੀਆਂ ਹੋਕੇ ਆਈਆਂ ਨੇ,
ਭੁਲੜਬਾਜ਼ ਕਿਉਂ ਬੁੜ ਬੁੜ ਕਰਦਾ ਰਹਿੰਦਾ ਹੈ।

ਕਈ ਪਖੰਡੀ ਬਾਬੇ ਬਲੀ ਪਏ ਮੰਗਦੇ ਨੇ,
ਅੰਧ ਵਿਸ਼ਵਾਸੀ ਬੱਚਿਆਂ ਨੂੰ ਖੋ ਬਹਿੰਦਾ ਹੈ।

ਕਰਮ ਕਿਰਤ ਦਾ ਮਾਰਗ ਸੱਚਾ ਸੁੱਚਾ ਹੈ,
'ਮੰਡੇਰ' ਬੀਜਿਆ ਆਖਰ ਵੱਢਣਾ ਪੈਂਦਾ ਹੈ।

ਦੋਧੀ

ਦੋਧੀ ਘਰ ਘਰ ਦੁੱਧ ਲਈ ਆਉਂਦਾ।
ਕਿਸੇ ਤੋਂ ਲੈਂਦਾ ਕਿਸੇ ਨੂੰ ਪਾਉਂਦਾ।
ਸੁੱਤਿਆਂ ਪਿਆਂ ਨੂੰ ਆਣ ਜਗਾਉਂਦਾ।
ਮਿਹਨਤ ਡਾਢੀ ਭਾਰੀ ਹੈ।
ਮੀਂਹ ਕਣੀ ਭਾਵੇਂ ਝੱਖੜ ਹੋਵੇ,
ਖੇਡ ਇਹ ਬਹੁਤ ਨਿਆਰੀ ਹੈ।

ਜਦ ਸਾਈਕਲ ਦੀ ਟੱਲੀ ਵਜਾਵੇ
ਹਰ ਘਰ ਮੂਹਰੇ ਅੱਲਖ ਜਗਾਵੇ।
ਘਰ ਦੇ ਖਰਚੇ ਨੇ ਮੂੰਹ ਅੱਡਦੇ,
ਦੋਧੀ ਆਈ ਚਲਾਈ ਚਲਾਵੇ।
ਪੜ੍ਹਨਾ ਵੀ ਹੁਣ ਹੋ ਗਿਆ ਮਹਿੰਗਾ
ਫੀਸ ਬਣੀ ਦੁਸ਼ਵਾਰੀ ਹੈ
ਮੀਹ ਕਣੀ ਭਾਵੇਂ ਝੱਖੜ ਹੋਵੇ,
ਖੇਡ..........................

ਦੁੱਧ ਪੁੱਤ ਦੇ ਵੇਚਣ ਵਾਲੀ,
ਕੇਹੜਾ ਹੁਣ ਜੋ ਗੱਲ ਚਲਾਵੇ।
ਰਿੜਕਣਿਆਂ ਤੇ ਚੱਕੀ ਵਾਲੀ,
ਕਿਸੇ ਘਰੋਂ ਆਵਾਜ਼ ਨਾ ਆਵੇ।
ਅੱਧ-ਰਿੜਕ ਵਾਲੀ ਗੱਲ ਹੈ ਭੁੱਲੀ,
ਚਾਹ ਦੀ ਬੱਸ ਸਰਦਾਰੀ ਹੈ
ਮੀਂਹ ਕਣੀ ਭਾਵੇਂ ਝੱਖੜ ਹੋਵੇ,
ਖੇਡ..........................

ਮੱਕੀ ਦੇ ਦਲੀਏ ਦੀਆਂ ਮਹਿਕਾਂ,
ਦੁੱਧ ਘਿਉ ਵਿਚ ਰਲਾ ਲੈਂਦੇ ਸਾਂ।
ਥਾਲੀ ਵਿੱਚ ਪਾਕੇ ਇਹ ਭੋਜਨ,
ਬਿਨਾਂ ਚਮਚਿਉਂ ਖਾ ਲੈਂਦੇ ਸਾਂ।
ਖਾਣਾ ਪੀਣਾ ਬਦਲ ਗਿਆ ਹੁਣ,
ਫਾਸਟ ਫੂਡ ਪਿਆਰੀ ਹੈ।
ਮੀਂਹ ਕਣੀ ਭਾਵੇਂ ਝੱਖੜ ਹੋਵੇ
ਖੇਡ...................

ਡਾਕਟਰ ਸਾਰੇ ਆਖ ਰਹੇ ਨੇ,
ਘਾਹ ਫੂਸ ਖਾ ਲਉ ਹੈ ਚੰਗਾ।
ਦੁੱਧ ਘਿਉ ਤੇ ਪਨੀਰ ਬਗੈਰਾ,
ਸਿਹਤ ਲਈ ਨਹੀਂ ਹੁੰਦਾ ਚੰਗਾ।
ਵਾਤਾਵਰਣ 'ਮੰਡੇਰ' ਗੰਧਲ ਗਿਆ
ਫੈਲੀ ਕਿਵੇਂ ਬਿਮਾਰੀ ਹੈ।
ਮੀਂਹ ਕਣੀ ਭਾਵੇਂ ਝੱਖੜ ਹੋਵੇ,
ਖੇਡ ਇਹ ਬਹੁਤ ਨਿਆਰੀ ਹੈ।

ਰਾਜ ਗੱਦੀ

ਰਾਜ ਗੱਦੀ ਵੋਟਾਂ ਜਦ ਮੰਗਦੀ,
ਸਭ ਨੂੰ ਸਵਰਗਾਂ ਵਿਚ ਪਹੁੰਚਾਉਂਦੀ।
ਜਿੱਤ ਕੇ ਆਪਣੇ ਘਰ ਭਰ ਲੈਂਦੀ,
ਆਖਰੀ ਵਰ੍ਹੇ ਵਿਕਾਸ ਵਿਖਾਉਂਦੀ।

ਰਾਜਨੀਤੀ ਦਾ ਤਾਣਾ ਬਾਣਾ,
ਕੂੜ ਕਪਟ ਤੇ ਦੇਖ ਦਿਖਾਵਾ।
ਮਨ ਲੋਕਾਂ ਦੇ ਜਿੱਤਣ ਖਾਤਰ,
ਝੂਠ ਮੂਠ ਦਾ ਕਰੇ ਛਲਾਵਾ।

ਲੋਕ ਚੇਤਨਾ ਵੇਂਹਦੀ ਸਭ ਕੁਝ,
ਝੂਠੇ ਵਾਅਦੇ ਝੂਠੀਆਂ ਗੱਲਾਂ।
ਵਰਲਡ ਬੈਂਕਾਂ ਦੀਆਂ ਸੜਕਾਂ ਨੂੰ ਹੈ,
ਆਖਣ ਮਾਰੀਆਂ ਨੇ ਅਸੀਂ ਇਹ ਮੱਲਾਂ।

ਨੌਜਵਾਨੀ ਨਵੀਂ ਸੋਚ ਹੀ,
ਪੁਰਾਣਾ ਜੁੱਗ ਪਲਟਾ ਦਿੰਦੀ ਹੈ।
ਨਵੀਂ ਸੋਚ ਤੇ ਜਾਗਰਿਤੀ ਇਹ,
ਸਿੱਧੇ ਰਸਤੇ ਪਾ ਦਿੰਦੀ ਹੈ।

ਰਾਜ ਗੱਦੀ ਸੇਵਕ ਬਣ ਬਣਕੇ,
ਕਈ ਚਲਾਕੀਆਂ ਕਰ ਜਾਂਦੀ ਹੈ।
ਅੰਨੇ ਵਾਂਗੂ ਰਿਉੜੀਆਂ ਵੰਡਕੇ
ਆਪਣਿਆਂ ਦੇ ਘਰ ਭਰ ਜਾਂਦੀ ਹੈ।

ਰਿਸ਼ਵਤਖੋਰੀ ਤੋਂ ਅੱਕ ਚੁਕੇ,
ਨਵੀਂ ਪਾਰਟੀ ਆਪ ਹੈ ਆਈ।
ਚੋਣਾਂ ਲੜਕੇ ਸਾਫ ਸੁਥਰੀਆਂ,
ਪਹਿਲੇ ਹੱਲੇ ਆਸ ਜਗਾਈ।

ਰਾਜ ਕਰਨ ਦੇ ਮਨਸੂਬੇ ਜੋ,
ਪੱਚੀ ਸਾਲਾਂ ਲਈ ਫਰਮਾਉਂਦੇ।
ਕੁਲ ਪੰਦਰਾਂ ਹੀ ਸੀਟਾਂ ਜਿੱਤੀਆਂ,
ਘਰ ਨੂੰ ਆਉਂਦੇ ਮੂੰਹ ਲਮਕਾਉਂਦੇ।

ਦੇਖ ਲਿਆ ਜੋ ਹਸ਼ਰ ਹੋਇਆ ਹੈ,
ਬਿਨਾਂ ਪਾਣੀ ਜਲ ਬੱਸ ਚਲਾਈਆਂ।
ਰਾਤੋ ਰਾਤ ਬੱਸਾਂ ਗੈਬ ਹੋ ਗਈਆਂ,
ਪਤਾ ਨਹੀਂ ਕਿਹੜੇ ਰਸਤਿਉਂ ਆਈਆਂ।

ਜਿੱਤਣ ਵਾਲਿਉ ਜਿੱਤ ਪੂਰੀ ਹੋ ਗਈ,
ਭਾਰ ਖਜ਼ਾਨਾ ਨਾ ਹੁਣ ਝੱਲੇ।
'ਮੰਡੇਰ' ਸਦਾ ਤੂੰ ਬਚਕੇ ਰਹਿਣਾ,
ਹੁੰਦੀ ਨਹੀਂ ਐਵੇਂ ਬੱਲੇ ਬੱਲੇ।

ਕਵਿਤਾ

ਕੰਮੀਆਂ ਦੇ ਵਿਹੜੇ 'ਚੋਂ ਝਾਕੇ,
ਕਿਰਤ ਕਰਮ ਦਾ ਨੂਰ ਇਲਾਹੀ।
ਵੋਟ ਬੈਂਕ ਹੈ ਬਣਿਆ ਦਿਸਦਾ,
ਕੰਮਾਂ ਦੀ ਕਹਿੰਦੇ ਛਹਿਬਰ ਲਾਈ।
ਕੱਠੀਆਂ ਹੋ ਕੇ ਬੁੜ੍ਹੀਆਂ ਕੁੜੀਆਂ,
ਤਾਸਲੇ ਸਿਰਾਂ ਤੇ ਚੁੱਕ ਕੇ ਆਈਆਂ।
ਸੌ ਦਿਨਾਂ ਦਾ ਕੰਮ ਜੋ ਮਿਲਿਆ,
ਦੇਖ ਰਹੇ ਹਾਂ ਰੌਣਕਾਂ ਲਾਈਆਂ।
ਸੜਕਾਂ ਦੀ ਕਰ ਰਹੇ ਸਫਾਈ,
ਕਿਧਰੇ ਸੜਕਾਂ ਤੇ ਭਰਤ ਵੀ ਪਾਉਂਦੇ।
ਸਰਪੰਚ-ਠੇਕੇਦਾਰਾਂ ਦੇ ਆੜੀ,
ਉਲਟੇ ਸਿੱਧੇ ਬਿਲ ਬਣਾਉਂਦੇ।
ਟਾਈਮ ਦੀ ਕਦਰ ਪਏ ਸਭ ਕਰਦੇ,
ਲੰਚ ਵੇਲੇ ਇਕੱਠੇ ਹੋ ਜਾਂਦੇ।
ਜਾਗਰਤੀ ਦਾ ਚਾਨਣ ਹੋਇਆ,
ਘੜੀ ਦੇਖਕੇ ਕੰਮ ਛੱਡ ਜਾਂਦੇ।
ਲੰਚ ਖਾਂਦੀਆਂ ਬੁੜ੍ਹੀਆਂ ਕੁੜੀਆਂ,
ਇਕ ਦੂਜੀ ਨੂੰ ਕਿਵੇਂ ਹਸਾਇਆ।
ਮੈਂ ਤਾਂ ਭੈਣ ਖਾਲੀ ਤਾਸਲਾ,
ਸਿਰ ਤੇ ਰੱਖਕੇ ਗੇੜਾ ਲਾਇਆ।
ਬੁੜੀ ਘਰੋਂ ਸਾਥ ਹੀ ਆਈ,
ਕਹਿੰਦੀ ਸ਼ੁਕਰ ਹੈ ਮੇਰੇ ਸਾਈਆਂ।

ਟਿੱਕ ਕੇ ਘਰ ਮੈਥੋਂ ਬਹਿ ਨੀ ਹੁੰਦਾ,
ਏਥੇ ਸੁੱਖ ਨਾਲ ਰੌਣਕਾਂ ਲਾਈਆਂ।
ਮੇਰੀ ਹਾਜ਼ਰੀ ਲਾਈ ਨਾ ਪੁਤਰਾ,
ਰੱਬ ਦੇ ਘਰ ਹੈ ਲੇਖਾ ਦੇਣਾ।
ਵੇਹਲੀ ਬੈਠੀ ਲਵੇ ਦਿਹਾੜੀ,
ਲੋਕੀ ਮਾਰਨਗੇ ਇਹ ਮੇਹਣਾ।
ਮੇਰੀ ਮਾਂ ਹੁਣ ਕਿਵੇਂ ਦੱਸਾਂ ਮੈਂ,
ਚੱਲਦਾ ਇੰਜ ਈ ਘਾਲਾ ਮਾਲਾ।
ਕਈ ਰਈਅਤਾਂ ਸਬਸਿਡੀਆਂ ਨੂੰ,
ਖਾ ਜਾਂਦਾ ਹੈ ਉਪਰ ਵਾਲਾ।
ਨਰੇਗਾ ਸਕੀਮ ਦਾ ਤਾਣਾ ਬਾਣਾ,
ਡੰਗ ਟਪਾਊ ਸੌਦਾ ਬਣਿਆ।
ਬੱਚਿਆਂ ਲਈ ਰੁਜ਼ਗਾਰ ਨਹੀਂ ਪੱਕਾ,
'ਮੰਡੇਰ' ਇਹ ਵੋਟ-ਬੈਂਕ ਹੈ ਬਣਿਆ।

ਦਿਲ 'ਚ ਵੱਸਦਾ ਸਾਈਂ

ਮੇਰੇ ਦਿਲ ਵਿੱਚ ਵੱਸਦੇ ਸਾਈਆਂ।
ਹੋਰ ਨਾ ਝੱਲੀਆਂ ਜਾਣ ਜੁਦਾਈਆਂ।

ਮੈਂ ਫਕੀਰ ਸਾਈਂ ਦਾ ਹੋਇਆ।
ਦਰ ਤੇਰੇ ਆਣ ਖਲੋਇਆ।
ਇਕ ਵਾਰ ਆਕੇ ਦਰਸ਼ ਦਿਖਾ ਜਾ
ਵਿਚੋਲਿਆਂ ਦਾ ਭਰਮ ਮਿਟਾ ਜਾ
ਜਿਨ੍ਹਾਂ ਢੋਲਕੀਆਂ ਖੜਕਾਈਆਂ
ਮੇਰੇ ਦਿਲ.....................

ਧੀਆਂ ਦੀ ਇਕ ਅਰਜ਼ੋਈ।
ਧੀ ਦਾ ਦਰਦ ਨਾ ਸੁਣਦਾ ਕੋਈ।
ਪਿਆਰ ਦੀ ਜੋ ਪਹਿਚਾਣ ਹੈ ਕਰਦੀ।
ਚੰਗੇ ਸਾਥ ਦਾ ਲੜ ਹੈ ਫੜਦੀ।
ਕਈ ਅਣਖ ਨੇ ਕਤਲ ਕਰਾਈਆਂ।
ਮੇਰੇ ਦਿਲ.....................

ਡੇਰਾਵਾਦ ਹੈ ਭਾਰੂ ਹੋਇਆ।
ਸਿਆਸਤ ਵਿੱਚ ਲੱਗਦਾ ਵਰਸੋਇਆ।
ਹੁਣ ਜਦ ਬਿਗਲ ਚੋਣਾਂ ਦਾ ਵੱਜਿਆ।
ਲੀਡਰ ਲਾਣਾ ਡੇਰੀਂ ਭੱਜਿਆ
ਬਾਬਿਆਂ ਦੇ ਘਰ ਰੌਣਕਾਂ ਲਾਈਆਂ।
ਮੇਰੇ ਦਿਲ.....................

ਪਏ ਦੇਣ ਉਹ ਹੁਕਮ ਇਲਾਹੀ।
ਦੇਖੋ ਕਿਵੇਂ ਹੈ ਖੇਡ ਰਚਾਈ।
ਜਦੋਂ ਮੀਡਿਆ ਖੋਲ੍ਹ ਸੁਣਾਉਂਦਾ।
ਚੇਤਾ ਧਰਮਾਂ ਨੂੰ ਹੈ ਆਉਂਦਾ।
ਲੋਕੀਂ ਸਮਝ ਜਾਂਦੇ ਚਤਰਾਈਆਂ।
ਮੇਰੇ ਦਿਲ........................

ਰੱਜਕੇ ਲੁੱਟ ਪੰਜਾਬ ਦੀ ਹੋਈ।
ਦਾਤਿਆ ਕਸਰ ਰਹੀ ਨਾ ਕੋਈ।
ਝੂਠ ਹਰ ਪਾਸੇ ਜਦ ਛਾਇਆ।
ਲੋਕਾਂ ਕੰਨੋਂ ਪਕੜ ਭਜਾਇਆ।
'ਮੰਡੇਰ' ਕੀਤੀਆਂ ਜੋ ਮਨ ਚਾਹੀਆਂ।
ਮੇਰੇ ਦਿਲ ਵਿੱਚ ਵੱਸਦੇ ਸਾਈਆਂ
ਹੋਰ ਨਾ ਝੱਲੀਆਂ ਜਾਣ ਜੁਦਾਈਆਂ।

ਸੱਚੀ ਬੰਦਗੀ

ਵੇਦ ਸ਼ਾਸਤਰਾਂ ਦੱਸੀ ਇਹ ਜੂਨ ਤੇਰੀ,
84 ਲੱਖ ਦੇ ਚੱਕਰ ਹੰਢਾਅ ਆਉਂਦੀ।
ਕੀਟ ਪਤੰਗੇ ਤੇ ਸਰਪ ਜੇਹੀਆਂ ਹੋਰ ਜੂਨਾਂ
ਆਪਣੇ ਪਿੰਡੇ ਦੇ ਉਤੋਂ ਲੰਘਾ ਆਉਂਦੀ।
ਮਾਣਸ ਜਨਮ ਦਾ ਜਦੋਂ ਪ੍ਰਕਾਸ਼ ਹੋਇਆ,
ਬੁੱਧ ਵਿਵੇਕ ਤੇ ਇਲਮ ਦਾ ਗਿਆਨ ਆਇਆ।
ਜਿਸਨੇ ਬਖਸ਼ੀਆਂ ਪਿਆਰੀਆਂ ਰਹਿਮਤਾਂ ਇਹ,
ਸਾਈਂ ਮੌਲਾ ਦਾ ਫਿਰ ਫਰਮਾਨ ਆਇਆ।
ਪਿਆਰੀ ਰੂਹ ਏਹ ਪਿਆਰ ਵੀ ਮੰਗਦੀ ਏ,
ਆਪਾ ਵਾਰਦੀ ਸਦਾ ਪਿਆਰਿਆਂ ਤੇ।
ਭਲਾ ਮੰਗਦੀ ਸਰਬਤ ਦਾ ਭਲਾ ਲੋੜੇ,
ਰਹਿਮਤ ਖੁਦਾ ਤੂੰ ਕਰੀਂ ਏਹ ਸਾਰਿਆਂ ਤੇ।
ਬੰਦਿਆ ਬੰਦਗੀ ਏਹੋ ਹੀ ਸੱਚੀ ਸੁੱਚੀ
ਕਾਣੀ ਵੰਡ ਨਾ ਕਦੇ ਵੀ ਰਾਸ ਆਉਂਦੀ।
ਜੋ ਦੁਖੀਆਂ ਲਈ ਸੇਵ ਕਮਾ ਜਾਂਦੇ,
ਮਾੜੀ ਸੋਚ ਨਹੀਂ ਉਨ੍ਹਾਂ ਦੇ ਪਾਸ ਆਉਂਦੀ।
ਅਮਰ ਰਹਿਣਗੇ ਸਦਾ ਮੰਡੇਰ ਉਹੀ,
ਜਿਹੜੇ ਵਤਨ ਲਈ ਆਪਾ ਕੁਰਬਾਨ ਕਰ ਗਏ।
ਜਾਈਏ ਉਨ੍ਹਾਂ ਦੇ ਅਸੀਂ ਬਲਿਹਾਰ ਕਿਉਂ ਨਾ।
ਜਿਹੜੇ ਉੱਚੀ ਇਹ ਦੇਸ਼ ਦੀ [illegible] ਸ਼ਾਨ ਕਰ ਗਏ।

ਮਹਿੰਗਾਈ

ਲੋੜਾਂ ਤੈਨੂੰ ਡਾਹ ਨਹੀਂ ਦੇਣੀ,
ਆਕੇ ਦਰ ਤੇ ਖਹਿੰਦੀਆਂ ਨੇ।
ਨਵ ਜੀਵਨ ਦਾ ਰੂਪ ਬਦਲਿਆ,
ਰੋਜ਼ ਕਹਿੰਦੀਆਂ ਰਹਿੰਦੀਆਂ ਨੇ।
ਪੂੰਜੀਵਾਦੀ ਸਿਸਟਮ ਦਾ ਹੁਣ,
ਜਗਤ ਰਵੀਰਾ ਬਣਿਆ ਹੈ।
ਚਕਾਚੌਂਧ ਜੀਵਨ ਵਿੱਚ ਫੈਲੀ,
ਵੱਖਰਾ ਤਾਣਾ ਤਣਿਆ ਹੈ।
ਟੀ. ਵੀ. ਤੇ ਮਸ਼ਹੂਰੀਆਂ ਕਰਕੇ,
ਨਵਾਂ ਹੀ ਕਾਰੋਬਾਰ ਚਲਾਇਆ।
ਅਦਾਕਾਰ ਪਏ ਕਰਨ ਕਲੋਲਾਂ,
ਕੰਪਨੀਆਂ ਦੇ ਰਾਸ ਹੈ ਆਇਆ।
ਸਸਤੀ ਬਣਦੀ ਮਹਿੰਗੀ ਵਿਕਦੀ,
ਗਾਹਕ ਦੇ ਕੱਖ ਨਾ ਪੈਂਦਾ ਪੱਲੇ
ਮੀਡੀਆ ਚੈਨਲ ਕਰਨ ਕਮਾਈ,
ਕੰਪਨੀਆਂ ਦੀ ਬੱਲੇ ਬੱਲੇ
ਨਵੇਂ ਫੈਸ਼ਨਾਂ ਰੰਗ ਬਦਲ ਲਏ,
ਪੁਰਾਣਿਆਂ ਦੀ ਹੁਣ ਪੜਤ ਨਾ ਕੋਈ
'ਮੰਡੇਰ' ਮਹਿੰਗਾਈ ਵਧਦੀ ਜਾਂਦੀ,
ਜੇਬ ਹੈ ਖਾਲਮ ਖਾਲੀ ਹੋਈ।

ਵਾਢੀ ਦੀ ਰੁੱਤ

ਰੁੱਤ ਵਿਸਾਖ ਦੀ ਪੀਲੀਆਂ ਕਣਕਾਂ, ਹਰ ਦਿਨ ਰੰਗ ਵਟਾਉਂਦੀ ਹੈ।
ਕੰਮੀ ਕਿਰਤੀ ਜੱਟ ਉਡੀਕਣ, ਰੁੱਤ ਵਾਢੀ ਦੀ ਆਉਂਦੀ ਹੈ।

ਕਿਸਾਨ ਯੂਨੀਅਨਾਂ ਮਜ਼ਦੂਰ ਹੋ ਕੱਠੇ, ਜੰਤਰ ਮੰਤਰ ਧਰਨੇ ਲੱਗੇ।
ਵੋਟਾਂ ਵੇਲੇ ਕੀਤੇ ਵਾਇਦੇ, ਲਾਗਤ ਮੁੱਲ ਵੀ ਦੇਣ ਤੋਂ ਭੱਜੇ।
ਬੇਵਕਤੇ ਮੀਂਹਾਂ ਤੇ ਝੱਖੜ, ਗੜਿਆਂ ਦੀ ਜੇ ਮਾਰ ਪੈ ਜਾਵੇ।
ਕੀਤਾ ਖਰਚ ਵੀ ਖੂਹ ਵਿੱਚ ਪੈਂਦਾ, ਕਿਸਾਨ ਦੱਸੋ ਹੁਣ ਕਿਧਰ ਜਾਵੇ।
ਸੁਖ ਸ਼ਾਂਦੀ ਕਣਕ ਜੇ ਆਕੇ, ਘਰ ਵਿੱਚ ਦਰਸ਼ਨ ਪਾਉਂਦੀ ਹੈ।
ਕਿਰਤੀ ਕੰਮੀ ਸਭ ਉਡੀਕਣ............................

ਮੰਡੀ ਬੋਹੜ ਦੀ ਰਾਖੀ ਬੈਠਾ, ਬਾਪੂ ਟੇਵੇ ਲਾਉਂਦਾ ਹੈ।
ਆੜ੍ਹਤੀਏ ਦਾ ਲੇਖਾ ਜੋਖਾ, ਮਨ ਵੀ ਕੁਝ ਘਬਰਾਉਂਦਾ ਹੈ।
ਰੋਜ਼ ਲੋੜਾਂ ਤੇ ਘਰ ਦੇ ਖਰਚੇ, ਵਿਕਣ ਪਿਛੋਂ ਲਾਹ ਦੇਵਾਂਗੇ।
ਥੋੜ੍ਹਾ ਬਹੁਤਾ ਵੰਡਕੇ ਸਭ ਨੂੰ, ਹਿੱਸਾ ਕੁਝ ਪਾ ਦੇਵਾਂਗੇ।
ਆਈ ਵਿਸਾਖੀ ਭੁੱਲਿਆ ਮੇਲਾ, ਤਾਂਘ ਤਾਂ ਖੌਰੂ ਪਾਉਂਦੀ ਹੈ।
ਕੰਮੀ ਕਿਰਤੀ ਸਭ ਉਡੀਕਣ................................

ਹੱਥੀਂ ਕਰਨੀ ਵਾਢੀ ਰਲਕੇ, ਸ਼ੁਕਰ ਦਾਣੇ ਘਰ ਆਵਣਗੇ।
ਸੁਬ੍ਹਾ ਸਵੇਰੇ ਕਿਸਾਨ ਤੇ ਕਿਰਤੀ, ਮਿੱਟੀ ਮੱਥੇ ਲਾਵਣਗੇ।
ਕਿਤੇ ਕੰਬਾਈਨਾਂ ਧੂੜ ਉਡਾਉਂਦੀਆਂ, ਸੀਟੀਆਂ ਮਾਰ, ਬੁਲਾਉਂਦੀਆਂ ਨੇ।
ਟਰੈਕਟਰ ਟਰਾਲੀਆਂ ਦਾਣੇ ਭਰਕੇ, ਮੰਡੀ ਜਾਕੇ ਲਾਹੁੰਦੀਆਂ ਨੇ।
ਆੜ੍ਹਤੀਏ ਦਾ ਲੇਖਾ ਜੋਖਾ, ਬਹੀ ਇਹ ਕਿੰਜ ਫਰਮਾਉਂਦੀ ਹੈ।
ਕੰਮੀ ਕਿਰਤੀ ਸਭ ਉਡੀਕਣ......................

ਰੁੱਤ ਵਿਸਾਖ ਦੀ ਪੀਲੀਆਂ ਕਣਕਾਂ, ਹਰ ਦਿਨ ਰੰਗ ਵਟਾਉਂਦੀ ਹੈ।
ਕਿਰਤੀ ਕੰਮੀ ਸਭ ਉਡੀਕਣ, ਰੁੱਤ ਵਾਢੀ ਦੀ ਆਉਂਦੀ ਹੈ।

ਸ਼ਬਦ ਤੇਰੇ

ਸ਼ਬਦ ਤੇਰੇ ਮੈਂ ਤਨ ਦੇ ਉਤੇ, ਰੋਜ਼ ਹੰਢਾਉਂਦਾ ਆਇਆ ਹਾਂ।
ਪਿਆਰੇ ਹੰਝੂ ਯਾਦ ਤੇਰੀ ਦੇ, ਲੇਖੇ ਲਾਉਂਦਾ ਆਇਆ ਹਾਂ।
ਬੋਲ ਪਿਆਰੇ ਸੱਜਣਾ ਤੇਰੇ, ਬਣੇ ਮਕੁਦਸ ਦਿਲ ਮੇਰੇ ਦਾ,
ਸ਼ਬਦਾਂ ਦੀ ਏਹ ਮਾਲਾ ਸਜਣੀ, ਦਿਲ ਤੇ ਪਾਉਂਦਾ ਆਇਆ ਹੈ।
ਪਿਆਰੇ ਹੰਝੂ ਯਾਦ ਤੇਰੀ ਦੇ..................................

ਆਵਾਗਵਣ ਦਾ ਏਹ ਚੱਕਰ ਤਾਂ, ਬੇਬਸ ਹੋ ਹੰਢਾਉਣਾ ਪੈਂਦਾ।
ਵੇਗ ਜੋ ਉਠਦਾ ਮਨ ਮੰਦਰ ਜੋ ਉਹ ਵੀ ਵਕਤ ਲੰਘਾਉਣਾ ਪੈਂਦਾ।
ਸੰਘਰਸ਼ ਭਰੇ ਜੀਵਨ ਦੀਆਂ ਬਾਤਾਂ ਰੋਜ਼ ਮੈਂ ਪਾਉਂਦਾ ਆਇਆ ਹਾਂ।
ਪਿਆਰੇ ਹੰਝੂ ਯਾਦ ਤੇਰੀ ਦੇ....................................

ਤੂੰ ਮਮਤਾ ਦੀ ਮੂਰਤ ਪਿਆਰੀ, ਤੇਰਾ ਸਫਰ ਨਿਆਰਾ ਸੀ।
ਸੁਪਨਾ ਕਦੇ ਸਾਕਾਰ ਨਾ ਹੋਇਆ, ਭਾਵੇਂ ਬਹੁਤ ਪਿਆਰਾ ਸੀ।
ਸੋਧ ਤੇਰੀ ਸੀ ਬੜੀ ਵਿਲੱਖਣ, ਮੈਂ ਵਰਤਾਉਂਦਾ ਆਇਆ ਹਾਂ।
ਪਿਆਰੇ ਹੰਝੂ ਯਾਦ ਤੇਰੀ ਦੇ...........................

ਕਦੇ ਤੂੰ ਧੁਰ ਦਰਗਾਹੋਂ ਆਏ, ਬੋਲ ਪਿਆਰੇ ਕਹਿ ਲੈਂਦੀ।
ਫਿਕਰਾਂ ਵਿੱਚ ਤੂੰ ਗੁੰਨ੍ਹੀ ਮੇਰੇ, ਆਪ ਫਿਕਰ ਹੀ ਲੈ ਬਹਿੰਦੀ।
ਤੇਰੇ ਬੋਲਾਂ ਦੀ ਸਰਦਲ ਤੇ ਸੀਸ ਨਿਵਾਉਂਦਾ ਆਇਆ ਹਾਂ।
ਪਿਆਰੇ ਹੰਝੂ ਯਾਦ ਤੇਰੀ.............................

ਚਲੋ ਚਲੀ ਹੋ ਜਾਣਾ ਇਕ ਦਿਨ, ਇਹ ਭਾਣਾ ਵੀ ਆਣਾ ਸੀ।
ਸੋਗੀ ਹੋਏ ਮਨ ਮੇਰੇ ਨੂੰ, ਕੀਹਨੇ ਆ ਸਮਝਾਣਾ ਸੀ।
'ਮੰਡੇਰ' ਫੇਰ ਤਾਂ ਫੇਰ ਹੀ ਰਹਿ ਗਈ ਬਹੁਤ ਬਹੁਤ ਪਛਤਾਇਆ ਹਾਂ।
ਪਿਆਰੇ ਹੰਝੂ ਯਾਦ ਤੇਰੀ..............................

ਸ਼ਬਦ ਤੇਰੇ ਮੈਂ ਤਨ ਉੱਤੇ ਰੋਜ਼ ਹੰਢਾਉਂਦਾ ਆਇਆ ਹਾਂ।
ਪਿਆਰੇ ਹੰਝੂ ਯਾਦ ਤੇਰੀ ਦੇ, ਲੇਖੇ ਲਾਉਂਦਾ ਆਇਆ ਹਾਂ।

ਧੂੜੀ ਮੱਥੇ ਲਾਵਾਂਗੇ

ਆਜਾ ਗੀਤ ਪਿਆਰ ਦਾ ਗਾਈਏ, ਮਿੱਟੀ ਵਤਨ ਦੀ ਮੱਥੇ ਲਾਈਏ।
ਗੱਲ ਏਹ ਹੋਰਾਂ ਨੂੰ ਸਮਝਾਈਏ, ਸੁੱਤੀ ਕੌਮ ਜਗਾਵਾਂਗੇ।
ਲਿਆ ਜਨਮ ਤੂੰ ਤੇਗ ਦੀ ਕੁੱਖੋਂ,
ਧੂੜੀ ਮੱਥੇ ਲਾਵਾਂਗੇ।

ਧੱਕੇਸ਼ਾਹੀ ਜ਼ੁਲਮ ਨਹੀਂ ਕਰਨਾ, ਸਦਾ ਹੀ ਸੱਚ ਨੂੰ ਸਿਜਦਾ ਕਰਨਾ।
ਟੂਣੇ ਟਾਮਣ ਧੂਣੀ ਕਰਨਾ, ਪਖੰਡੀ ਦੂਰ ਭਜਾਵਾਂਗੇ।
ਲਿਆ ਤੂੰ ਜਨਮ ਤੇਗ ਦੀ ਕੁੱਖੋਂ,
ਧੂੜੀ ਮੱਥੇ ਲਾਵਾਂਗੇ।

ਅੱਬਲਾ ਧੀ ਭੈਣ ਕਿਉਂ ਹੋਵੇ, ਬੇਪੱਤ ਸ਼ਰੇਆਮ ਉਹ ਹੋਵੇ।
ਮਿੰਨਤਾਂ ਕਰਦੀ ਕਿਉਂ ਉਹ ਰੋਵੇ, ਮਾਂ ਦਾ ਮਾਣ ਵਧਾਵਾਂਗੇ।
ਲਿਆ ਜਨਮ ਤੇ ਤੇਗ ਦੀ ਕੁੱਖੋਂ,
ਧੂੜੀ ਮੱਥੇ ਲਾਵਾਂਗੇ।

ਤੇਰੀ ਜਾਤ ਪਾਤ ਨਾ ਕੋਈ, ਖਾਲਸਾ ਖਾਲਸ ਹੈ ਤੂੰ ਸੋਈ।
ਬਣ ਗਿਆ ਸਿੰਘ ਹੋਰ ਨਾ ਕੋਈ, ਸਭ ਦੀ ਸਾਂਝ ਕਰਾਵਾਂਗੇ।
ਲਿਆ ਜਨਮ ਤੂੰ ਤੇਗ ਦੀ ਕੁੱਖੋਂ,
ਧੂੜੀ ਮੱਥੇ ਲਾਵਾਂਗੇ।

ਤੇਰੇ ਜਨਮ ਤੇ ਹੋਣ ਵਧਾਈਆਂ, ਵਿਸਾਖੀ ਦਿਨ ਤੇ ਰੌਣਕ ਲਾਈਆਂ।
'ਮੰਡੇਰ' ਚਿਹਰੇ ਤੇ ਲਾਲੀਆਂ ਛਾਈਆਂ, ਤੇਗ ਤੇ ਪਾਣ ਚੜ੍ਹਾਵਾਂਗੇ।
ਲਿਆ ਤੂੰ ਜਨਮ ਤੇਗ ਦੀ ਕੁੱਖੋਂ,
ਧੂੜੀ ਮੱਥੇ ਲਾਵਾਂਗੇ।

ਪਿੰਡ ਦੀ ਲੋਚਾ

ਪਿੰਡ ਦੇਖਣ ਨੂੰ ਮਨ ਸੀ ਕਰਦਾ।
ਕਈ ਦਿਨ ਜਕੋ ਤੱਕੀ ਰਿਹਾ ਕਰਦਾ।
ਜੇ ਕਿਸੇ ਦਾ ਵਿਆਹ ਆ ਜਾਵੇ
ਵਿੱਚੋ ਵਿਚੀ ਹੀ ਸਰ ਜਾਵੇ।
ਪੁਰਣੇ ਮਿਤ੍ਰ ਬੇਲੀ ਕੱਠੇ
ਮਨ ਦੀ ਭੁੱਖ ਮਿਟਾਵਾਂਗੇ।
ਬੁੜ੍ਹੀ ਠੇਰੀ ਕੋਈ ਬੱਚਦੀ ਹੋਣੀ,
ਪਿੰਡ ਦੇ ਦਰਸ਼ਨ ਪਾਵਾਂਗੇ।
ਬਾਬੇ ਸਾਰਿਆਂ ਜੁਗਤ ਬਣਾਈ
ਟਿਕਟ ਬਣਾਉਂਦਿਆਂ ਦੇਰ ਨਾ ਲਾਈ
ਚਲੋ ਐਤਕੀ ਚੋਣਾਂ ਆਈਆਂ
ਆਮ ਪਾਰਟੀ ਰੌਣਕਾਂ ਲਾਈਆਂ
ਤੀਜੀ ਧਿਰ ਨੇ ਫਿਕਰ ਹੈ ਪਾਇਆ।
ਖੇਡ ਦੇਖ ਕੇ ਆਵਾਂਗੇ।
ਇਸ ਦੰਗਲ ਨੂੰ ਵੇਖਣ ਖਾਤਰ
ਪਿੰਡ ਦੇ ਦਰਸ਼ਨ ਪਾਵਾਂਗੇ
ਦਿਲੀਉਂ ਉਤਰ ਘਰਾਂ ਵੱਲ ਭੱਜੇ,
ਦੇਖੇ ਥਾਉਂ ਥਾਈਂ ਨੇ ਬੋਰਡ ਲੱਗੇ
ਪੰਜਾਬ 'ਚ ਕੇਜਰੀਵਾਲ ਦੀ ਵਾਰੀ
ਕੈਪਟਨ ਪੰਜਾਬ ਦੀ ਸ਼ਾਨ ਪਿਆਰੀ।
ਬਾਦਲਾਂ ਦਾ ਵੀ ਜ਼ੋਰ ਹੈ ਲੱਗਿਆ
ਖਾੜਾ ਪੂਰਾ ਮੱਘਦਾ ਲੱਗਿਆ
ਘਰੇ ਥਕੇਵਾਂ ਲਾਹਵਾਂਗੇ।
ਪਿੰਡ ਵੀ ਬਦਲ ਗਿਆ ਹੋਣਾ ਹੈ
ਪਿੰਡ ਦੇ ਦਰਸ਼ਨ ਪਾਵਾਂਗੇ।

ਬਦਲਿਆ ਸਿਸਟਮ, ਬਦਲੀਆਂ ਗੱਲਾਂ
ਬਹੁਤੀਆਂ ਮਾਰੀਆਂ ਨਹੀਂ ਕੋਈ ਮੱਲਾਂ
ਉਦਘਾਟਨਾਂ ਦੇ ਪੱਥਰ ਹੀ ਪੱਥਰ
ਚਹੁੰ ਮਾਰਗੀ ਸੜਕਾਂ ਦੀਆਂ ਗੱਲਾਂ
ਚੋਣ ਨਹੀਂ ਇਹ ਆਖਰੀ ਬਾਜ਼ੀ
ਜੋ ਵੀ ਮੰਗੇ ਕਰਦੋ ਰਾਜ਼ੀ
ਚੋਣਾਂ ਵਿੱਚ ਜਿੱਤ ਸਾਡੀ ਹੋ ਜੇ,
ਹੁੰਦਾ ਐ ਖਜ਼ਾਨਾ ਖਾਲੀ ਹੋ ਜੇ।
ਵਾਹ ਪੰਜਾਬ ਦੀਏ ਸਰਕਾਰੇ।
ਤੈਥੋਂ ਜਾਈਏ ਵਾਰੇ ਨਿਆਰੇ।
'ਮੰਡੇਰ' ਵਿਕਾਸ ਦੇ ਬੁੱਲ ਲਮਕਦੇ।
ਮੈਨੀ ਫੈਸਟੋ ਵਿਚ ਸਜਾਵਾਂਗੇ
ਏਸ ਬਹਾਨੇ ਪਿੰਡ ਮੇਰਿਆ
ਦਰਸ਼ਨ ਹੀ ਕਰ ਆਵਾਂਗੇ।

ਕੁਦਰਤ

ਕੁਦਰਤ ਪਿਆਰਾ ਖੇਲ ਰਚਾਇਆ।
ਸੂਰਜ ਤਾਰੇ ਚੰਨ ਦੇ ਖਿੱਤੇ।
ਵਿਚ ਗਰਦਸ਼ਾਂ ਮੇਲਾ ਲਾਇਆ।
ਸ਼ਾਂਤੀ ਭਰੀ ਹੈ ਰਾਤ ਪਿਆਰੀ।
ਸੂਰਜ ਵੀ ਆ ਦਿਨ ਰੁਸ਼ਨਾਇਆ।
ਮਸਤ ਚਾਲੇ ਮਾਂ ਧਰਤੀ ਘੁੰਮਦੀ।
ਲਾ ਕੇ ਚੱਕਰ ਸਾਲ ਬਣਾਵੇ।
ਪਤਝੜ, ਸਿਆਲ, ਬਸੰਤੀ ਰੁੱਤਾਂ
ਵਿਸਾਖ ਗਰਮ ਹੋ ਮੂੰਹ ਰੁਸ਼ਨਾਵੇ।
ਸਾਵਣ ਪੀਂਘਾਂ ਕਿਥੇ ਪਾਈਏ।
ਨਾ ਹੁਣ ਸੱਥਾਂ ਪਿੱਪਲ ਕੋਈ
ਪਿੰਡ ਵਿੱਚ ਬੈਠੇ ਤਖਤਪੋਸ਼ਾਂ ਤੇ
ਬੰਦ ਠੇਕਿਆਂ ਦੀ ਚਰਚਾ ਹੋਈ।
ਠੰਡੀਆਂ ਸਨ ਹਵਾਵਾਂ ਹੁੰਦੀਆਂ
ਸਰੂਰ ਸਰੀਰਾਂ ਨੂੰ ਚੜ੍ਹ ਜਾਂਦਾ
ਪਰ ਹੁਣ ਕਣ ਕਣ ਮਿਟੀ ਘੱਟਾ
ਨਾਸ੍ਹਾਂ ਨੂੰ ਹੈ ਪਿਆ ਸਤਾਂਦਾ
ਹਵਾ, ਪਰਦੂਸ਼ਿਤ, ਪਾਣੀ, ਧਰਤੀ, ਪ੍ਰਦੂਸ਼ਿਤ
ਪ੍ਰਦੂਸ਼ਣ ਸ਼ੋਰ ਦਾ ਸਿਰ ਚੜ੍ਹ ਬੋਲੇ।
'ਮੰਡੇਰ' ਜੇ ਬਹੁਤਾ ਹੋਰ ਕਹੇਂਗਾ।
ਗਲ ਪੈ ਜਾਣੇ ਕਈ ਵਿਚੋਲੇ।

ਬਦਲਾਅ

ਲੋਕੀ ਆਪ ਆਪ ਸਨ ਕਰਦੇ
ਪੁਰਾਣੇ ਖਿਡਾਰੀ ਫਿਕਰ 'ਚ ਡੁੱਬੇ
ਵਿਚੋ ਵਿਚੀ ਜੁਗਤਾਂ ਘੜਦੇ
ਲੱਗਦਾ ਸੀ ਲੋਕਾਂ ਦਾ ਲਾਣਾ।
ਪੁਰਾਣਿਆਂ ਨੂੰ ਬਦਲਾਅ ਦੇਵੇਗਾ।
ਵੋਟ ਦੀ ਸ਼ਕਤੀ ਪਰਗਟ ਹੋ ਕੇ
ਨਵਾਂ ਕੋਈ ਰੰਗ ਵਿਖਾ ਦੇਵੇਗਾ
ਆਮ ਆਦਮੀ ਦੇ ਲੀਡਰ ਵੀ
ਦਿੱਲੀ ਬੈਠੇ ਖੇਲ ਰਚਾਉਂਦੇ।
ਪੰਜਾਬ ਦੀ ਹੋਣੀ ਬਾਰੇ ਭਾਵੇਂ,
ਬਦਲ ਜਾਣ ਦੀਆਂ ਆਸਾਂ ਲਾਉਂਦੇ
ਬਹੁਤੇ ਨਵੇਂ ਚਿਹਰੇ ਸਨ ਭਾਵੇਂ
ਕਈ ਵਕੀਲ ਵਿਦਵਾਨ ਸਿਆਣੇ
ਲੋਕਾਂ ਨੇ ਜਿੱਤ ਪਾਈ ਪੱਲੇ।
ਚੰਗੇਪਣ ਲਈ ਗਏ ਪਛਾਣੇ।
ਕੈਪਟਨ ਅਮਰਿੰਦਰ ਸਿੰਘ ਨੂੰ ਐਤਕੀ।
ਲੋਕਾਂ ਨੇ ਹੈ ਫਿਰ ਅਜ਼ਮਾਇਆ।
ਦ੍ਰਿੜ੍ਹਤਾ ਸਵੈ-ਵਿਸ਼ਵਾਸ ਹੈ ਪੱਲੇ।
ਜਿਸਨੇ ਜਿੱਤ ਦਾ ਮੂੰਹ ਦਿਖਾਇਆ।
ਆਪਣੇ ਜ਼ੋਰ ਨਾਲ ਕਈ ਗਿਰਕੇ
ਜਿੱਤ ਕੇ ਬਾਜ਼ੀ ਹਾਰ ਨੇ ਜਾਂਦੇ।
ਮੰਡੇਰ ਉਹ ਨਾਮ ਬਣਾ ਜਾਂਦੇ ਨੇ।
ਸਿਸਟਮ ਕਈ ਸਵਾਰ ਜੋ ਜਾਂਦੇ।

ਹਿੰਦੁਸਤਾਨ

ਬਹੁ ਭਾਂਤੀ ਕੌਮੀ ਗੁਲਦਸਤਾ,
ਹਿੰਦੁਸਤਾਨ ਬਣਾਉਂਦਾ ਹੈ।
ਮਹਿਕ ਫੁ਼ਲਾਂ ਦੀ ਵੱਖਰੀ ਭਾਵੇਂ।
ਪਿਆਰ ਦਾ ਮੀਂਹ ਵਰਸਾਉਂਦਾ ਹੈ।
ਦੇਸ਼ ਤੇ ਭੀੜ ਪਵੇ ਜੇ ਕਿਧਰੇ।
ਵਤਨ ਲਈ ਜਿੰਦਾਂ ਵਾਰੀਆਂ ਨੇ।
ਹਿੰਦੂ ਸਿੱਖ ਈਸਾਈ ਮੁਸਲਿਮ।
ਕੌਮਾਂ ਰਲੀਆਂ ਸਾਰੀਆਂ ਨੇ।
ਨਾਗਰਿਕਤਾ ਇਕ ਦੇਸ਼ ਹੈ ਭਾਰਤ,
ਕਈ ਕੌਮਾਂ ਪਹਿਚਾਣ ਬਣਾਈ,
ਹਿੰਦੀ ਸੰਸਕ੍ਰਿਤ ਤੇ ਉਰਦੂ
ਪੰਜਾਬੀ ਬੋਲੀ ਹੈ ਰੁਸ਼ਨਾਈ।
ਲਹਿੰਦੇ ਵੱਲ ਝਨਾਂ ਦਾ ਪਾਣੀ।
ਪਿਆਰ 'ਚ ਰਚਿਆ ਗੀਤ ਸੁਣਾਂਦਾ।
ਸੋਹਣੀ, ਹੀਰ ਸਲੇਟੀ ਵਾਲਾ।
ਬੋਲ ਇਹ ਧੁਰ ਦਰਗਾਹ ਤੋਂ ਆਂਦਾ
ਤੇਲਗੂ ਤੇ ਮਲਿਆਲਮ ਵਿਚ ਵੀ,
ਵੇਦ ਕਤੇਬ ਗੀਤਾ ਦੀ ਬਾਣੀ।
ਕੰਨਾਂ ਵਿਚ ਰਸ ਘੋਲ ਹੈ ਜਾਂਦੀ,
ਪਵਿੱਤਰ ਗੁਰੂ ਗ੍ਰੰਥ ਦੀ ਬਾਣੀ।
ਪਿਆਰ ਦੇਸ਼ ਨੂੰ ਕਰਨਾ ਆਪਾਂ
ਹਿੰਦੁਸਤਾਨ ਹਮਾਰਾ ਹੈ।
ਭਾਂਤ ਭਾਂਤ ਦੇ ਸੋਹਣੇ ਬੂਟੇ।
'ਮੰਡੇਰ' ਇਹ ਬਹੁਤ ਪਿਆਰਾ ਹੈ।